पाहिजे जातीचे

विजय तेंडुलकर यांची नाटके

नाटक

अशी पाखरे येती
एक हट्टी मुलगी
कमला
कन्यादान
कावळ्यांची शाळा*
कुत्रे
गिधाडे
गृहस्थ*
घरटे अमुचे छान
घाशीराम कोतवाल
चिमणीचं घरं होतं मेणाचं
चिरंजीव सौभाग्यकांक्षिणी
झाला अनंत हनुमंत
त्याची पाचवी***
दंबद्वीपचा मुकाबला
नियतीच्या बैलाला**
पाहिजे जातीचे
फूटपायरीचा सम्राट
बेबी
भल्याकाका
भाऊ मुरारराव
मधल्या भिंती
माणूस नावाचे बेट
मित्राची गोष्ट
मी जिंकलो! मी हरलो!
विठ्ठला
शांतता! कोर्ट चालू आहे
श्रीमंत
सखाराम बाइंडर
सफर**
सरी ग सरी

एकांकिका

समग्र एकांकिका : भाग १
समग्र एकांकिका : भाग २
समग्र एकांकिका : भाग ३

बालवाङ्मय

इथे बाळं मिळतात
चांभारचौकशीचे नाटक
चिमणा बांधतो बंगला
पाटलाच्या पोरीचं लगीन
बाबा हरवले आहेत
बॉबीची गोष्ट
राजाराणीला घाम हवा

अनुवादित

आधे अुरे
(मूळ लेखक : मोहन राकेश)
तुघलक
(मूळ लेखक : गिरीश कार्नाड)
मी कुमार
(मूळ लेखक : मधु राय)
लिंकन यांचे अखेरचे दिवस
(मूळ लेखक : मार्क फॉन डॉरन)
लोभ नसावा ही विनंती
(मूळ लेखक : जॉन पॅट्रिक)
वासनाचक्र
(मूळ लेखक : टेनेसी विल्यम्स)

---

* 'गृहस्थ'चे पुनर्लेखन : 'कावळ्यांची शाळा'
** ध्वनिफितीच्या रूपानेही प्रकाशित
*** मूळ इंग्रजी : His Fifth Woman (अनु. चंद्रशेखर फणसळकर)

पाहिजे जातीचे

विजय तेंडुलकर

पॉप्युलर प्रकाशन, मुंबई

पाहिजे जातीचे
(म -१०८४)
पॉप्युलर प्रकाशन
ISBN 978-81-7185-882-8

PAHIJE JATICHE
(Marathi : Play)
Vijay Tendulkar

पहिली आवृत्ती :
दुसरी आवृत्ती : १९८१ / १९०३
नीलकंठ प्रकाशन, पुणे
तिसरी आवृत्ती : २००५ / १९२७
पुनर्मुद्रण : २०१८ / १९४०

प्रकाशक
हर्ष भटकळ
पॉप्युलर प्रकाशन प्रा. लि.
३०१, महालक्ष्मी चेंबर्स
२२, भुलाभाई देसाई रोड
मुंबई ४०००२६

अक्षरजुळणी
एच. एम. टाइपसेटर्स
११२०, सदाशिव पेठ
विद्याधर अपार्टमेंटस
नूंबाळकर तालीम चौक
पुणे ४११०३०

माझा मित्र
सुभाष मेंढापूरकर
याला

या नाटकाचा पहिला प्रयोग 'आविष्कार' या संस्थेने छबिलदास नाट्यगृह, दादर येथे दि. १२ नोव्हेंबर १९७६ रोजी रात्री ८॥ वाजता केला.

दिग्दर्शक : अरविंद देशपांडे

भूमिका

महिपती : विहंग नायक
बबन्या : नाना पाटेकर
नलू : सुषमा तेंडुलकर
चेअरमन : अरविंद देशपांडे
अक्का : शरयू भोपटकर
ईश्वरभाई : अरुण काकडे
प्राचार्य : प्रभाकर पोतनीस

इतर भूमिका 'आविष्कार'च्या
कलावंतांनी केल्या.

अंक पहिला

[जात्याच्या घरघरीवर बाईच्या आवाजात ओव्या. पडदा दूर होतो. महिपती रंगीबेरंगी बुशशर्ट घालून एक पिशवी खांद्यावर टाकून स्मितमुखाने उभा आहे. स्मितमुख हा त्याचा साधारणत: स्वभाव. त्याचाही त्याला इलाज नाही.]

महिपती : (काही वेळ एकचित्त होऊन ओव्या ऐकून त्या अस्पष्ट होताच प्रेक्षकांना) वा. ओव्या ऐकल्या की कसं नजरेसमोर येतं...(थांबून) खेड्यातलं लाइफ, त्यातली ती पहाट...आपली साखर-झोप...आणि आपलं डोकं मांडीवर घेऊन दळणारी आई...(उसासा.) संपलं ते सारं केव्हांच. माझं काहीतरी फारच बिनसलंय. सालं ओव्या ऐकायला लागलं की मला आठवतं शिक्षणाचं दळण आणि त्यातून भरडून पार पीठ होऊन कधी तरी बाहेर पडलेलो आम्ही-एम. ए...महिपती बभ्रुवाहन पोरपारणेकर, एमे वुइथ थर्ड क्लास...एम. ए. व्हायचं... केव्हांपासूनचं स्वप्न. उराशी घट्ट बाळगलेलं. स्वप्नात वारंवार पाहिलेली पाटी : प्रा. एम. बी. पोरपारणेकर, एम. ए. वा, वा, वा. कल्पनेनं सुद्धा अंगावर कसे रोमांच वगैरे उभे रहायचे. हे स्वप्न खरं व्हावं म्हणून काय काय केलं. काय केलं नाही विचारा! एसेस्सीचं सर्टिफिकिट हाती पडताच खेड्यावरनं धडपडत शहरात येऊन पडलो. राहायची सोय नव्हती. जेवायची नव्हती. फिकीर नाही केली. स्टेशनात झोपलो. चण्याकुरमुऱ्यांचा भत्ता खाऊन राह्यलो. उसनवाऱ्या, लहानसहान चोऱ्या केल्या. प्रतिष्ठित पद्धतीची भीकसुद्धा मागितली. मानअपमान काही ठेवलं नाही. हमाली केली. वाढपी म्हणून काही दिवस राहिलो. पेपर विकले. एका प्राध्यापकाची पोरं सांभाळली आणि दुसऱ्याचं सरकारी दूध नियमानं दीड वर्ष पोचवलं. अजीजी तर कुणाची

केली नाही विचारा. कॉलेजच्या कारकुनालासुद्धा प्राचार्यांचा मान देऊन, फी न दिल्यानं कॉलेजमधून नाव निघणं टाळलं. प्यूनच्या पाया पडून अभ्यासासाठी लायब्ररीत उशीरसर बसणं जमवलं. हेतू एकच... 'शेवटच्या दिशी एम. ए. व्हावा.' पोरींकडे वर डोळा करून पाहिलं नाही. कुणाला डोळा मारला नाही की शिट्टी मारली नाही. हात होते, बाकही होतं; पण इतर पोरांनी बाकं बडवून स्टॅम्पिंगचा जल्लोष केला तरी आपण शिवशिवणारे हात बांधून मुकाट बसलो. म्हणलो, ठीक आहे बच्चम्‌जी... एकदा एम. ए. होतो आणि मगच दाखवतो. तोपर्यंत चूपचाप. एम. ए. चं. शेवटचं वर्ष कसं गेलं ते एक मला आणि त्या ईश्वराला ठाऊक. दिवसभर नोकरी, रात्रभर अभ्यास. पेपर दिले तरी पोटातली धाकधूक हटत नव्हती. आणि रिझल्ट लागला. चक्क पास. उत्तीर्ण. तिसऱ्या वर्गात तर तिसऱ्या वर्गात; पण पदवी तर हासिल केली! एम. ए.... केवढ्या प्रचंड मोबदल्यात! केवढ्या घोर तपश्चर्येनंतर! (बाहीने डोळे पुसतो.) तो तिसऱ्या वर्गातला पराक्रम त्या दिवशी पहिल्या वर्गाइतका मोलाचा वाटला होता. पदरच्या पैशांनी एका दोस्ताला घेऊन त्या रात्री पिक्चर पाहिलं. त्याला सांगितलं नाही क्लासचं. उगाच हसायचा बिसायचा. रात्री झोपताना ठरवलं; निश्चयच केला, की नोकरीत उद्या दहा रुपये तरी वाढ मागायचीच. एम. ए. झालोय! एवढं केल्यावर कुणी बदल्यात इतकं नाही करणार? दहा रुपये? इतक्या वर्षांनंतर?

[रंगमंचावर दुसरीकडे ईश्वरभाई येऊन टेबलाशी बसून नाकाच्या शेंड्यावर चष्मा ठेवून प्रुफे तपासू लागतात. तोंड उघडे.]

सकाळी कामावर गेलो तो मनाचा धडा करून. मनातल्या मनात घोकत होतो; ईश्वरभाई, एक बातमी सांगायची आहे.

ईश्वरभाई मी काल एम. ए. झालो. पास क्लासच. एक विनंती करायची आहे. इतकी वर्षं मागितलं नाही. कामात कसूर केली नाही, आता...पगारात वाढ...(आवंढा.) होईल का? फार नाही, दहा रुपये. बास! (घाम टिपतो.) वाढ हवी होती महिना दहा रुपये फक्त. हं. (चुळबुळतो आहे.) दहा रुपये. तीसुद्धा आता एम. ए. पास झालो म्हणून...

ईश्वरभाई : (पाहत) कोण? महिपती? काय रे? काय आहे?

महिपती : काही नाही, कालच...(आवंढे.)

ईश्वरभाई : कोण गेलं? आता उचलबिचल या आठवड्यात शक्य नाही बाबा...

महिपती : नाही, गेलं नाही...पास झालो.

ईश्वरभाई : अरे हो. खरंच की, मी विसरतच होतो. तुला एक बातमी द्यायची होती. बैस, बैस असा महिपती–

महिपती : कशाला.

ईश्वरभाई : अरे काल एम. ए. झालास तू. बैस.

महिपती : (लाजतो.)

ईश्वरभाई : आता तू कनिष्ठ नाहीस. चहा मागवू? बरं तर, नको. पण काल आपल्या ट्रस्टींची बैठक झाली. त्यात तुझा विषय निघाला. मी बातमी दिली. तुझं अभिनंदन केलं सगळ्यांनी. त्यानंतर, आधीच आपली संस्था ध्येयवादी, त्यात काम तूर्त कमीच असल्याने तुला लागलीच नोटीस देऊन तुझी सेवा कमी करावी असं एकमतानं ठरलं.

महिपती : (सुन्न) काय?

ईश्वरभाई : तर काय! अरे आता काय, तुला कुठेही नोकरी मिळेल. पगार जास्तसुद्धा मिळेल. इथे यानंतर तुझ्या लायकीचं काम तरी कुठे आहे? एम. ए. तू-

महिपती : पण...म्हणजे...मी...

ईश्वरभाई : ये. एक तारखेला झालेल्या दिवसांचा पगार घेऊन जा म्हणजे झालं. इतके दिवस तुला या संस्थेचा आधार मिळाला, तू एम. ए. झालास, याची आम्हांला धन्यताच वाटते. आता तुला पंख फुटले. तू जा. जय हिंद!
[ईश्वरभाई आत निघून जातात.]

महिपती : (काही वेळ सुन्न राहून मग) वाढ मिळायच्या ऐवजी नोकरीतूनच कमी झालो. एम. ए. झाल्याचा हा पहिला परिणाम. पगार वाढवण्याचा प्रश्न नको म्हणून ध्येयवादी ट्रस्टींनी मलाच कमी केलं. भले शाबास! हसावं की रडावं कळे ना. महिपती बभ्रुवाहन पोरपारणेकर, एम. ए., बेकार. बेकार!
[तिघे गाववाले येतात रामराम करीत. महिपतीला भान नाही.]

पहिला : काय म्हैप्या, ल्येका, माजला का येमे झाल्याबरुबर? आं?

दुसरा : भडव्या, वळख बी दीनास?

तिसरा : ह्येच शिकिवलं व्हय ल्येका तुला तुझ्या त्या यमेच्या मास्तारनं? व्हय?

पहिला : इडी-शिग्रेट काय काड की गड्या.

दुसरा : तुझ्यासाठी ल्येका, तुज्या बानं माती खाल्ली म्हून तू यमे झाला ना?

तिसरा : आमी तुज्या बाच्या जागी, आणिक ल्येका रीतसर पाया पडनं -हाऊं दे पन निसता रामराम करीनास? आं?

पहिला : थू:ल्येका!

दुसरा : त्ये जाऊं दी साहेबराव. त्ये हायच की मंग. ह्ये बग म्हप्या. तू इडी दे, न दे. चा पाज, न पाज. पाया पड न्हाई तर मर, पर जातीनं तुजा सत्कार करन्याचा ठराव क्येला हाय.

पहिला : हा. त्यासाठी तर ह्या नालायकाकडं आपुन आलो.

दुसरा : आन ह्ये, पार तंगड्या आभाळाला लावून!

तिसरा : काय ल्येका, यमे झाला म्हंजी काय इंद्राच्या शिंवासणाची शीट गावली काय तुला?

पहिला : आपुन सांगतो मामा, आपुन जर का शिकतो न्हवं का, तर ह्येच्यावाणी असलं यमे बिमे करून थांबलो नसतो बघा. पार यसयससी झालो असतो, हां.

दुसरा : गपा समदे. तर म्हैप्या, काय का असं ना, आमच्या जातीमंदी तूच पैला यमे झालास.

पहिला : वासरामंदी लंगडी गायच म्हन की.

तिसरा : तर तुझा सत्कार जातीने केलाच पाहिजे! तसा ठराव आमी क्येला हाय आनिक तालुक्याच्या मामलेदाराला त्ये काय अध्येक्ष का काय म्हून फिक्स बी करून टाकलं हाय.

[सगळे फ्रीज होतात.]

महिपती : (प्रेक्षकांना) महिपती पोरपारणेकर, एम. ए., बेकार आणि वर सत्कार. वासरात लंगडी गाय बनल्याबद्दल. वाटलं की एक दांडकं घेऊन सर्वांना पळवून लावावं; पण पदवीसाठी हातात पेन आणि पुस्तकांचा भारा धरधरून दांडकं धरण्याचा सराव सुटला होता. हातांना उगारण्याऐवजी पसरण्याचीच सवय झाली होती. त्यात पडलं गाव. नाही म्हटलं तरी कुठं काहीच जमलं नाही तर दोन घास खाऊ घालणारं तेच होतं.

गाववाले : (फ्रीज झालेले एकदम सजीव होऊन) येऊ मंग?

[महिपती सर्वांच्या पाया पडतो.]

तिसरा : हां, आता कसं. साहेबराव, शिकला पर पोर कसा हाय बगा.

दुसरा : तुमीच बगा म्हंजी झालं मामा.

पहिला : कसा झाला तरी जातीचा हाय. चला, चला.

[पहिला, दुसरा, तिसरा सगळे आत जातात.]

महिपती : (प्रेक्षकांना) जात. माझी जात कुठली? खरं म्हणजे ती विसरण्यासाठीच जिद्दीने रात्रीचे दिवस करीत पदवीचा पाठपुरावा केला. पण कपाळावर पदवीचा पांढरपेशा शिक्का बसला तरी पाठीवरचा जातीचा रबरस्टँप गेलाच नव्हता. कसा झाला तरी जातीचा हाय. जातीतर्फे सत्कार. जातीमंदी पैला यमे झाला. जात! आणि खरं सांगू का, गावच्या वासरात सत्काराच्या निमित्ताने थर्ड क्लास एम. ए. झालेली लंगडी गाय म्हणून पुन्हा पुन्हा वाखाणून घेताना, हार घालून घेताना, मनापासून बरं वाटलं हे कबूल केलं पाहिजे. सत्काराला उत्तर देताना घशात गहिवराचा आवंढा अडकला आणि डोळ्यात कसं पाणी दाटलं. कळत होतं की सालं फुकट आहे. क्षुद्र आहे, चक्क आचरटपणाचं आहे. म्हणालो, बैला, बेकार बनवणाऱ्या पदवीचा लंगडा पाय घेऊन पळ आधी इथून लवकर. पण सत्काराला माझा बाप हजर होता. एक निरक्षर, भाबडा, खेडवळ जीव. आई होती, बापाची नुसतीच सावली; पाच पोरं व्यायलेली. त्यांपैकी मी एक. दोघे भाऊ होते. केव्हांच शाळा सोडून शेतात खपणारे. सर्वांना एकाच वेळी स्वर्गाला हात पोचल्यासारखं वाटलं होतं. आणि फार परकं परकंसुद्धा. जणू एका पदवीनं मी आता त्यांचा कोणी उरलो नव्हतो. खरं तर आधीपासूनच मी त्यांचा कोणी असायचा थांबलो होतो. आंधळ्या समजुती, अज्ञान, घरातलं आणि गावातलं ते एकसुरी जगणं विसरण्यासाठी तर मी घर टाकून शहरात पोचलो होतो. त्यांच्यासाठी दोन दिवस गावात राहावं लागलं. दोन वेळा मायेनं वाढलेलं पोटभर खाताना शहरातल्या उपासतापासांसाठी जीव कसा तळमळत होता. शहरात येऊन धडकलो तेव्हां जिवाला जरा शांत वाटलं. आता नव्याने नोकरीचा प्रश्न होता.

[ईश्वरभाई येऊन टेबलाशी बसतात, दात कोरीत.]

ईश्वरभाई : काय रे महिपती? आता नाही, एक तारखेला. एक तारखेला ये. जा.

महिपती : नाही, पगारासाठी नाही आलो. (प्रेक्षकांना) कशी कुणास ठाऊक, आता विशेषशी भीड वाटत नव्हती.

ईश्वरभाई : मग?

महिपती : असाच.

ईश्वरभाई : असाच? काहीतरी कारण असेल.

महिपती : काहीच नाही!

ईश्वरभाई : असेल, असेल. काहीतरी असेल. तू थोडाच थांग लागू देतोस? आता एम. ए. झालास ना तू!

महिपती : (प्रेक्षकांना) राष्ट्रीय चळवळीत पडल्यामुळे स्वत: ईश्वरभाई मॅट्रिकसुद्धा झालेले नव्हते. (त्यांना) खरंच काही नाही! वेळ जाई ना. आलो. सवय आहे ना.

ईश्वरभाई : चहाबिहा मिळेल समजत असशील तर काही मिळणार नाही आं. दिवस कसले आले. आर्थिक परिस्थितीवर अग्रलेखाचाच विचार करतो आहे. चांगला कडाडून लिहिणार आहे.

महिपती : (प्रेक्षकांना) ईश्वरभाईंच्या पाक्षिक कडकडाटाला महाराष्ट्रात जेमतेम दोन हजार वाचक आहेत. मीच डिस्पॅच करत होतो. (त्यांना) लिहा ना. मला नाहीतरी चहा नकोच होता. (पुढे येऊन बसतो तब्बेतीत खुर्चीत.) ए गंगाराम-

ईश्वरभाई : (महिपतीचे हे न आवडून) काय काम आहे गंगारामकडे? तो संस्थेचा प्यून आहे-

महिपती : तुमच्यासाठीच चहा ऑर्डर करणार होतो.

ईश्वरभाई : (तोंड उघडे) कोण, तू?

महिपती : हो. मीच. का?

ईश्वरभाई : एम. ए. झाल्यापासून पैसे खेळायला लागलेले दिसतात!

महिपती : तुम्हांला चहा मागवण्यापुरतेच आहेत.

ईश्वरभाई : मला खरं म्हणजे इच्छा नाही या वेळी.

महिपती : पण मला आहे ना. (प्रेक्षकांना) मी मागवलेला चहा ईश्वरभाईंनी एकट्याने रुची घेत घेतला.

ईश्वरभाई : काय करू मी तुझ्यासाठी? तुला कमी करण्याचा निर्णय अर्थात् संस्थेचा आहे-

महिपती : नोकरीवर घ्या म्हणण्यासाठी मी चहा दिला नाही.

ईश्वरभाई : नाही, म्हणजे स्पष्ट असलेलं बरं. शिवाय उसने वगैरे देण्याइतके पैसेही सध्या माझ्याकडे नाहीत.

महिपती : मला नकोच आहेत.

ईश्वरभाई : सांगून ठेवलेलं बरं. झालंच तर उचलीचं म्हणशील तर-

महिपती : मला उचल नको आहे.

ईश्वरभाई : मला तुला हवं काय?

महिपती : समाधान. तुमच्यासमोर असं तुमच्यासारखं बसून तुम्हांला माझ्या पैशानं चहा पाजल्याचं.

ईश्वरभाई : (आवडलेले नाही, पण) अरे गुलामा.

महिपती : थर्ड क्लास एम. ए. झाल्याच्या मोबदल्यात एवढं तरी छोटसंसं समाधान. फार दिवसापासून हे मनात होतं. तुम्ही मला कधी बैस म्हटलं नाहीत. चहाचं तर नावच नको. कमी केलं सांगण्यासाठीच बैस म्हणून तोंडदेखलं चहाचं विचारलंत.

ईश्वरभाई : जीवन असंच आहे.

महिपती : ते अजून बघायचं आहे. पण तुम्ही मात्र असेच आहा आणि आपली तक्रार नाही.

[ईश्वरभाई कडवट मुद्रेने बसून.]

ध्येयवाद इतका कंजूष का असावा ते मला काही दिवस समजत

नव्हतं. आता समजतं. ध्येयवादालासुद्धा एक व्यवहार असतो.

ईश्वरभाई : कसं बोललास! व्यवहार कुणालाच चुकला नाही.

महिपती : चुकतो ते आपण. उदात्त वगैरे समजण्यात.

ईश्वरभाई : चल, मला अग्रलेख लिहायला घ्यायचा आहे.

महिपती : कडाडून लिहा.

ईश्वरभाई : हो, लिहितो. येतोस मग आता?

महिपती : खूप कडाडून लिहा.

ईश्वरभाई : बरं. ये तर-

महिपती : तुम्ही म्हणता म्हणून येतो. पण मधून मधून इथे यायचा विचार आहे. नाही, परवानगी नाही मागितली, कुणी कुणी भेटायला येतात तसा येईन.

ईश्वरभाई : तुझी मर्जी.

महिपती : वळण पडलंय ना पायांना. इथे आल्याशिवाय बरं वाटणार नाही. शिवाय सध्या तसं काही काम नाहीच.

ईश्वरभाई : काय करायचं ठरवलं आहेस?

महिपती : अर्ज. झाडून सगळ्या कॉलेजात करणार. नावामागं प्राध्यापक लागलं पाहिजे. अर्जाचा नमुना सायक्लोस्टाइल करून घ्यावा का काय विचार करतोय.

ईश्वरभाई : हूं...

महिपती : (प्रेक्षकांना) सायक्लोस्टाइलचं जमलं नाही. पण अर्ज खरडून पाठवून दिले. आधी शहरातली ख्यातनाम. मग शहरातली नवी. त्यानंतर खेड्यातली नवी. पाक्षिकाच्या डिस्पॅचला हात सरावलेला होता. लिही की भर पाकिटात की लाव तिकिटं की टाक. तिकिटांचा खर्च एम. ए. ची पुस्तकं आणि वह्या विकून भागला. तसं सध्याचं शिक्षण अगदीच वाया जात नाही.

[ईश्वरभाई आत गेलेले.]

पेरावं तसं उगवतं.
[मागील बाजूला पटापट प्लॅकार्ड्स उभी राहतात.
'नो व्हेकन्सी'
'जागा नाही.'
'जग्या नथी.'
'नो व्हेकन्सी.'
शिवाय उर्दूत हेच.]

बघता बघता उत्तरं उगवली. तरी उत्तरासाठी तिकिटं ठेवलेली नव्हती! इतके अर्ज येत असतील की कुठला उत्तरासाठी तिकिटं न ठेवता आला हे बिचाऱ्या क्लार्कच्यासुद्धा ध्यानात राहत नसेल. मजकूर तोच पण रोज टपाल येतंय यानंच दिवस बरे जात राहिले. कुणाची तरी वाट पाहण्यातला आनंद मिळू लागला. नवे नकार घेऊन येणाऱ्या पोस्टमनची वाट. आणि नकारा नकारात सुद्धा फरक असतो. तर! सरळ नकार. दिलगिरीयुक्त नकार. अप्रत्यक्ष नकार. ठणठणीत नकार. नकारांचं वर्गीकरण हाच एक छंद बनला. कोणी उत्तरच पाठवलं नाही. यावरून, उत्तरासाठी तिकिटं जोडणारांना उत्तरी नकार पाठवला जातोच असं नाही, हे लक्षात आलं. अर्थात् मी तिकिटं पाठवलेली नव्हती हा भाग वेगळा. पण उत्तर न पाठवणारांना एवढं ध्यानात ठेवायला वेळ नक्कीच नसेल. (पाकिटांचा एक जुडगा घेऊन महिपतीने पाकिटे जागोजाग फुलांप्रमाणे मांडणे चालवलेले.)

पाहता पाहता खोलीला आरसेमहालाप्रमाणे एखाद्या नकारमहालाचं रूप आलं. त्यात भाडं देता येत नसल्याने खोली नाकारली जाण्याचा संभव होताच. कार्यक्रम ठरून गेला. रोज सकाळी मोफत वाचनालयात वर्तमानपत्रातल्या उच्च शैक्षणिक वाँटेड

जाहिराती पाहणं. पत्ते टिपून घेणं. दुपारी जुन्या पाकिटावर नवा कागद डकवून त्यातून नवा अर्ज धाडून देणं. टपालाची वाट पाहणं. येणाऱ्या नकारांचं पृथक्करण. थोडी वामकुक्षी. संध्याकाळी चालण्याचा आणि भोवतालची सुखवस्तू गंमत पाहण्याचा व्यायाम. रात्री झोपच झोप. झोप न आल्यास चिंतन. किंवा आलेले वट्ट नकार मोजणं आणि उद्या किती येतील याचा तर्क करणं. मिळालेला पगार अद्याप संपला नव्हता तोवर पोटाची तशी ददात नव्हती. कधी ईश्वरभाईचा समाचार. मी काहीच मागत नाही म्हटल्यावर आता ते माझ्याशी नॉर्मल म्हणजे माणसासारखे वागू लागले होते. यातच वशिलिझमचा अभ्यास जारी होता.

[एक ओशट चेहऱ्याचे गृहस्थ येऊन बसतात.]

महिपती : (दारावरची बेल वाजवण्याचा अभिनय करीत) मे आय कम इन?

गृहस्थ : (तिरसटपणे) कोण आहे? या दिवसांत जरा स्वस्थपणा कसा तो नाही.

[महिपती येऊन स्वभावगत स्मितपूर्वक वाकून नमस्कार करतो.]

कोण?

महिपती : मी प्राध्यापक महिपती बभ्रुवाहन पोरपारणेकर.

गृहस्थ : (घाण वास आल्याप्रमामे चेहरा करीत) काय आहे? कुठे असता प्राध्यापक?

महिपती : प्राध्यापक म्हणजे तसा अद्याप व्हायचा असलेला. नुकताच एम. ए. झालो सर. (पिशवीतून काढून एक पुडी पुढे ठेवतो.)

गृहस्थ : काय आहे हे?

महिपती : मिठाई. मी एम. ए. पास झाल्याबद्दल. साजूक तुपातली मुद्दाम आणली.

गृहस्थ : ठेवा, ठेवा. (नाइलाजाने) चांगलं आहे, चांगलं आहे, पास झालात.

महिपती : (स्वत:च बसत) ते अजून ठरायचं आहे सर. (पुडीतली मिठाई काढून स्वत: देत) घ्या. नमुना बघा.

गृहस्थ : (चाखून संतोषाने) चांगलीच आहे. कुठून आणलीत?

महिपती : मीच आणून देईन की पुन्हा. त्यात काय. वाटेवर तर आहे.

गृहस्थ : थँक यू, थँक यू...(संशयाने) काय कामानिमित्ताने आलात?

महिपती : काम हेच. म्हटलं तुम्हाला मिठाई द्यावी.

गृहस्थ : पण आम्हालाच का? कुठे पाहिल्याचं स्मरत नाही...

महिपती : अगदी खरं सांगू सर, तुमच्यासारख्या या क्षेत्रातल्या मोठ्या माणसांचे आदर्श ठेवून मी शिकलो. तुम्ही पाहिलं नसेल. पण मी तुम्हांला रोज पाहत होतो, मनानं. तुम्हांला कदाचित् अतिशयोक्ती वाटेल, पण मी एम. ए, झालो याचं निम्मं तरी श्रेय तुम्हाला आहे.

गृहस्थ : (अविश्वासाने) नो, नो!

महिपती : नाही, आहेच! मी म्हटलंच, तुम्हाला अतिशयोक्ती वाटेल म्हणून. पण एरवी तुमच्याकडे मिठाई घेऊन यायचं मला काय कारण होतं? याचा विचार करा ना, सर? घ्या, आणखी घ्या. अस्सल चीज आहे.

गृहस्थ : (घेत) शंकाच नाही. (चघळत) चांगलं आहे, चांगलं आहे.

महिपती : (प्रेक्षकांना) वशिलिझममधला हा मी शिकलेला सलामीचा धडा. माणूस ओळखून त्याला खूष करून टाकणं. हे जमलं. आता या माणसाला मी नंतर तीनदा खूष केला. यानंही मला अमुक तमुक ठिकाणी चिकटवून देतो असं घवघवीत आश्वासन देऊन वारंवार उलट खूष केलं. पण इतकंच. साल्यानं काम केलंच नाही, नुसतीच भरपेट मिठाई खाल्ली, माझ्या शेवटच्या

पगारातल्या पैशांची. आणि माझ्या तोंडाला पानं पुसली. माझी मिठाई खाऊन त्याने त्याच्या जातीच्या उमेदवाराला चिकटवलं. कोणी जातीच्या, कोणी नात्याच्या तर कोणी माहितीच्या उमेदवारांना चिकटवण्याला बांधलेले होते. आणि आपलं सालं यातलं कुणीच चिकटण्याच्या क्षेत्रात नव्हतं! तर असा तोंडाला पुसण्याच्या पानांचा जंगी स्टॉक आमच्या गाठी जमला. पण 'प्राध्यापक' -पदाचं झाड काही केल्या हस्तगत होत नव्हतं. कुठे थर्ड क्लास दगा देत होता तर कुठे जात अडमडत होती. म्हणजे भानगड काय होती की, ती पुरेशी उच्च नव्हती आणि पुरेशी कनिष्ठ पण नव्हती. अधल्यामधल्या जातीचा हा अडसर धर्मांतर करून दूर करावा काय, असंसुद्धा क्वचित् मनात यायला लागलं होतं.

[गृहस्थ आत निघून गेलेला.]

आणि दगड लागला. एका अर्जाचा नेम, कसा कुणास ठाऊक, बसला. चक्क इंटरव्ह्यूला बोलावलं. कुठे? महाराष्ट्राचा अंतर्भाग असं ज्याला कुणी कुणी म्हणतात त्यातल्या एका नव्या कोऱ्या एक वर्ष वयाच्या कॉलेजात. प्राध्यापकगिरी लांबच होती पण नुसत्या इंटरव्ह्यूच्या कॉलनेच आपण नाचलो. गायलो. प्राध्यापक महिपती पोरपारणेकराने पहिली फेरी तर जिंकली होती. वारंवार शंका फेडून घेतली की कॉल आपल्यालाच आहे. आडनाव अलौकिक असल्याने एकाचा कॉल दुसऱ्याला अशी भानगड होण्याची शक्यताही नव्हती. शिवाय अखिल भारतात दुसरा पोरपारणेकर एम. ए. नव्हता! या पोरपारणेकरालाच कॉल आला होता. मुलाकातका वादा! पहेली मुलाकात ऊर्फ पहिला इंटरव्ह्यू!

[ईश्वरभाई येऊन दाढीचे केस चिमट्याने उपटण्यात गुंतलेले.]

ईश्वरभाई : काय रे बाबा, इतका रामप्रहरी घरी?
[महिपती पाकीट हाती देतो.]
काय आहे? (पाहून) कॉल! (उघडून पाहून आंबट चेहऱ्याने परत देत) अजून इंटरव्ह्यू आहे, सिलेक्शन आहे, हजार लफडी आहेत.

महिपती : पण कॉल तर आला.

ईश्वरभाई : मला विचारशील तर यात हुरळून जाण्यासारखं काही घडलेलं नाही, महिपती. एवढ्यानं हुरळणं हे अपरिपक्वतेचं लक्षण आहे.

महिपती : मी तसा अपरिपक्व आहेच. पण आज चहा द्या की.

ईश्वरभाई : चहा?

महिपती : सेलिब्रेट करू या.

ईश्वरभाई : फक्त इंटरव्ह्यूचा कॉल आला म्हणून? अरे सिलेक्ट तर हो. ते सोपं नाही, महिपती, सोपं नाही.

महिपती : म्हणूनच त्याचा विचार इतक्यात नको. तूर्त कॉल सेलिब्रेट करून टाकावा म्हणून तुमच्याकडे आलो. सिलेक्ट झालो तर मागणार नाही, आज चहा पाजाच!

ईश्वरभाई : (कुरकुरत) कमाल आहे तुझी...

महिपती : माझी नाही, परिस्थितीची म्हणा. कारण चहा पिता पिता मी तुमच्याकडे इंटरव्ह्यूला जाण्यासाठी प्रवासखर्च मागणार आहे.

ईश्वरभाई : (धसकून) काय!

महिपती : तसा नाही, उसना. कर्जाऊ. माझ्या पहिल्या पगारातून मी तो परत करीन. नक्की! माझ्याकडे इंटरव्ह्यूला जाण्याला पैसे नाहीत. आणि इंटरव्ह्यूला गेलो नाही तर सिलेक्ट होणार नाही! सिलेक्ट झालो नाही तर पहिला पगार मिळणार नाही... चालेल तुम्हाला? महाराष्ट्रातल्या पिछड्या जातीचा विकास

व्हायला हवा असं तुम्हीच नेहमी म्हणता.

ईश्वरभाई : चुकलो. (खिशातून काढून देत.) एवढेच. बाकी दुसरीकडे पाहा जा.

महिपती : चहा?

ईश्वरभाई : जा, जा, तू पी. तो खर्च आणि नको मला.

[ईश्वरभाई आत जातात.]

महिपती : (प्रेक्षकांना) तसे सेव्हिंगच्या खात्यात कमीत कमी ठेवावे लागतात तेवढे होतेच. खातं बंद करून ते पैसे काढले आणि ईश्वरी कृपेने आमची स्वारी इंटरव्ह्यूच्या गावाला पोचली.

[महिपती विंगमध्ये जाऊन पाणी पितो तोवर 'मामाच्या गावाला जाऊ या' रेकॉर्ड चालते.

रेकॉर्ड मधेच अस्पष्ट होत ऐकू येईनाशी होते.]

(प्रेक्षकांना) पण त्या आधीचं एक सांगायचं राहिलं. इंटरव्ह्यूची दरोबस्त तयारी आपण केली होती. फुकट वाचनालयात बसून. गेल्या सहा महिन्यांचे रोजचे पेपर अभ्यासपूर्वक वाचले होते, सामान्य ज्ञानाचं एक पुस्तक एका बुक-डेपोतून पळवून दोनदा वाचून काढलं होतं. अर्थात् परत ते होतं तिथं नेऊन ठेवलं. त्याशिवाय ईश्वरभाईंच्या पाक्षिकाच्या फायली चाळून महाराष्ट्राचं, भारताचं, सामाजिक, आर्थिक, राजकीय, सांस्कृतिक, नैतिक वगैरे सर्व पाहून घेतलं होतं. याशिवाय सिनेमांची नावं, नट्यांची नावं, लेखकांची नावं, मंत्र्यांची नावं आणि हुद्दे, असंही काहीबाही जरूर पडलीच तर जमवलं होतं. झालंच तर हल्लीचे प्राध्यापक पोषाखी असतात असं कुठे तरी वाचलं आणि थोडंफार पाहिलं असल्यानं त्यात पण कमी पडायचं नाही असं ठरवलं...

[लाँड्रीवाला येऊन बिडी पीत बसतो.]

लाँड्रीवाला : आता नाही हां कपडे घेणार, महिपती. परत ने. नुसती इस्त्री

पण जमणार नाही! बिल फार थकलं.

महिपती : इस्त्रीला काही टाकायला आलोच नाही.

लाँड्रीवाला : मग?

महिपती : निरोप घ्यायला आलो.

लाँड्रीवाला : (एक दीर्घ झुरका मारून) जीवबीव देणार आहेस का काय महिपती? आणि थकलेलं बिल? ते आधी दे न् मग काय करायचं ते कर.

महिपती : कुठून देणार? नोकरीच्या इंटरव्ह्यूला जायला चांगले कपडे नाहीत. नोकरी मिळाली नाही तर बिल कसं देणार? आता गावी निघून जातो.

लाँड्रीवाला : जीव देण्याचा विचार नाही ना?

महिपती : नाही!

लाँड्रीवाला : असं असं. मला वाटलं तसा काय बेत आहे.

महिपती : बेत वाईट नाही, पण जमला पाहिजे ना?

लाँड्रीवाला : इंटरव्ह्यू आहे?

महिपती : (कागद दाखवीत) हा काय, कॉल आला आहे.

लाँड्रीवाला : (उलटसुलट पाहून परत करीत) काय बंडलबाजी करीत नाहीस ना?

महिपती : नाही! मी खरंच गावी चाललो. घरी सहा माणसात मी एक खपून जाईन. प्रोफेसरच्या नोकरीसाठी जायचं तर बरे कपडे हवेत. ते नसतील तर इंटरव्ह्यूला इंप्रेशन कसं पडणार?

लाँड्रीवाला : (दीर्घ झुरका घेऊन) कमसे कम कपडे परत करणार?

महिपती : कपडे?

लाँड्रीवाला : आपण तुला वापरायला देतो. पण काम झालं की वापस केले पाहिजेत. नाहीतर साला कापशील गळा. बिल गेला आणि गिऱ्हायकाचे कपडे पण भरून द्यायचा टाइम येईल.

महिपती : नाही येणार. वाटलं तर माझे दोन कपडे ओलीस ठेवतो. इस्त्री मारून तुमच्याकडेच ठेवा. एम. ए. च सर्टिफिकिटच ठेवलं असतं पण ते इंटरव्ह्यूला लागणार ना!

लाँड्रीवाला : नको. (उठून विंगेतून काही आणून) बघ यातले. मापाला येतील ते इस्त्री मारून देतो.

[महिपती दोन उजळ, उंची, जरा आडमाप कपडे चढवतो.]

महिपती : पँट जरा लूज आहे. आणि-एक टाय हवा, मिळाल्यास. [लाँड्रीवाला एक रंगीबेरंगी टाय आणून देतो. आत निघून जातो. महिपती टाय बांधतो. वेगळा आणि विलक्षण दिसू लागतो. ईश्वरभाई आंबट चेहऱ्याने येऊन त्याला एक ब्रीफकेस देऊन जातो.]

महिपती : हां, तर असा मी सुजज्ज होऊन इंटरव्ह्यूला जाऊन पोचलो. ऑल रेडी फॉर ॲटॅक! इकडून तिकडून जमवलेलं ज्ञान, लाँड्रीवाल्याकडचे हातउसने कपडे, ईश्वरभाईंची ही ध्येयवादी ब्रीफकेस आणि माझेच जुने, पॅच आणि पॉलिश मारलेले बूट. [एक फाटक्या कपड्यांतला खेडूत त्याच्याकडे वळ वळून पाहत आत जातो.]

एस. टी. स्टँडवर उतरल्यापासून जो तो माझ्याकडेच पाहतो आहे असं वाटू लागलं. लहानपणी गावात सर्कस आली म्हणजे कसे सगळे जाहिरातीच्या हत्तीकडे नाहीतर उंटाकडे वळवळून पाहत; त्याची आठवण होऊ लागली. मागे पोरंसुद्धा तशीच. फक्त आपल्याला एक शेपूट तेवढं कमी. किंवा, तेसुद्धा होतं, पदवीचं.

[एकीकडे तीनजण-सर्व गावरान आणि मुंडेछाट येऊन– रांगेने पानतमाखू खात कुजबुजत बसलेले.]

इंटरव्ह्यू अर्थातच कॉलेजवर होता. म्हणून कॉलेज शोधत गेलो.

(आलेल्या एका खेडुताला) काय हो, कॉलेजचा रस्ता कुठला?

खेडूत : कालिज? म्हंजी कुठं जुन्या गोठ्यात निगाला का?

महिपती : कॉलेज आणि गोठा यांतला फरक या लोकांना अद्याप कळू नये याबद्दल त्यांची कीव करीत होतो तर कळलं की, जुन्या म्हणजे पूर्वीच्या गोठ्यातच सध्या कॉलेज होतं! मध्ये चौक आणि बाजूने कच्च्या बराकी असा हा गोठा सहकारी डेअरीचा होता. सहकारी डेअरीसाठी नवा अद्ययावत् गोठा बांधण्यात आला आणि हा गोठा म्हणे कॉलेजसाठी देण्यात आला. बाहेर पाटी होती : 'कै. मातुश्री गयाबाई सुतराम मुंडाशे कला विज्ञान महाविद्यालय.' कॉलेज अद्याप बंदच असणार. व्हेकेशन वगैरे. तर एका ठिकाणी कचेरीसारखं काही वाटलं तिथे शिरलो आणि तसाच नाक मुठीत धरून मागे आलो. उग्र दुर्गंधी तिथे दाटून राहिली होती. आणि रम्य भूतकालाची खूण म्हणून की काय, एक गरगरीत रेडा बांधलेला होता. म्हणजे ही कचेरी नक्कीच नव्हती. रेड्यालाही माझा आगंतुक प्रवेश आवडलेला दिसला नाही. की गळ्यातल्या लाल टायला तो बुजला, माहीत नाही. पण माझ्या बाबतीत कॉलेजच्या चालकांनी त्याचा सल्ला तेव्हां घेतला असता तर 'मुळीच नोकरीला ठेवू नका. आधी हाकलून लावा' असाच तो मिळाला असता, शंका नको. सांगण्याचं कारण, तो रेडा साधासुधा नव्हता. संस्थेच्या अध्यक्षांचा तो होता असा नंतर पत्ता लागला. त्यांच्या घराची दुरुस्ती चालल्याने तात्पुरती अध्यक्षीय रेड्याची निवासाची सोय कॉलेजच्या प्रयोगशाळेत म्हणे करण्यात आली होती.

मागचा एकजण : (तेवढ्यात घसा मोठ्यांदा खाकरून) काय वं, काय हवं?)

महिपती : (याने हडबडून) आं? कुठे-कुठे काय. काही नाही.

दुसरा : आत्ताच शेहराहून आला वाटतं?

तिसरा : (दुसऱ्याला) त्येच ह्ये असनार. तसंच दिसतंय.

पहिला : नोकरीच्या इंटरव्ह्यूसाठी आला का?

महिपती : हो, हो, तोच मी. तोच!

[सगळे त्याच्याकडे एकटक आपादमस्तक पाहत आहेत.]

(आठवण होऊन वाकून) नमस्ते.

पहिला : बसा.

[महिपती बसू बघतो एका खुर्चीत.]

नव्हं नव्हं, तिथं नका बसू. भाईर बसा, भाईर. अध्याप मंडळी यायची हाईत. आली की बलावू तुमाला बरं का...

दुसरा : (तिसऱ्याला) च्या मारी, हितंच बसतंय. जावा, बसा भाएर.

[पुन्हा एकवार नम्र नमस्कार करून महिपती 'बाहेर' येऊन उभा राहतो.]

महिपती : बसा म्हणाले पण बाहेर जमीन सोडली तर बसण्याजोगं काहीच दिसत नव्हतं. आणि लाँड्रीच्या तुमानीच्या हिताच्या दृष्टीने त्या सारवलेल्या जमिनीवर बसणं इष्ट नव्हतं. म्हणून उभाच राहिलो झालं. नाहीतरी वर्गावर शिकवण्याच्या दृष्टीनं उभं राहण्याची सवय आतापासून करायलाच हवी होती की. मी वाकून नमस्कार केला ते मॅनेजिंग बॉडीचे चिल्लर मेंबर होते असं पुढे कळलं. महत्त्वाचे अजून यायचेच होते. ते यथावकाश आले.

[दोघे येतात. एक येतो छाती काढून, दुसरा लीनपणे वाकून. पुढचा पटका, कोट-धोतरातला. गोटीबंद. मागचा चष्मेवाला थोडे टक्कल असलेला, पोटात जरा वाकलेला. हे येताच बसलेले उभे राहतात. यांतला छातीवाला संस्थेचा चेअरमन आणि पोटवाला प्राचार्य.]

चेअरमन : (मिशीवर ताव मारीत) बसा. बसा. (स्वतः बसून टेबलावरचे

कागद उलटसुलट करीत) आज काय हाय अजिंड्यावर म्हनाला मास्तर?

प्राचार्य : एक इंटरव्ह्यू आहे. मराठीच्या प्राध्यापकाची जागा भरावयाची आहे. शहराहून एक येणार होता. एव्हाना...आला असावा...

दोन-तीन : हा, व्हय. आला की, असंल तिकडे भायर कुठं तरी.

चेअरमन : (प्रकाश पडून) तो कमरेचं सोडून गळ्याला बांधल्याला? (स्वत:च मोठ्यांदा हसतात.) काय तो, टाय. होता उभा. मग टाका तर उरकून...आमाला पुन्हा क्रेटिड ब्यांकेची मीटिंग पण हाय. मास्तर, आपला कोन हाय काय त्या जागंसाठी?

प्राचार्य : मी विचारलं सर्वांना. कुणी नाही.

चेअरमन : बला गेली. आरं काय बिनवशिल्याचं एकादं तरी तट्टू असू द्या की कालिजात. च्यायला, शिक्षानसंस्था हाय, थोडं तरी पावित्र्य हवं. काय?

प्राचार्य : ह्यं...ह्यं...

चेअरमन : किती शिकला हाय हा लंगोट्या?

प्राचार्य : एम. ए. आहे. थर्ड क्लास.

चेअरमन : आयला फस क्लास असतं तर हितं कशापाय आलं असतं बोंबलायला नोकरी शोधत? थर्ड क्लास तर थर्ड क्लास. भैरा, मुका, येडा, काय न्हाई नव्हं? लावून टाका तूर्त... काय हणमशेठ? न्हाई तरी आपली पोरं कुठं अभ्यास करत्यात? वरल्या वर्गात गेली म्हंजी झालं.

हणमशेठ : आपन म्हनाल तसं...

चेअरमन : सहीसाठी पाठवा कागद बंगल्यावर. आता आणखी काय राह्यलं मास्तर?

प्राचार्य : तेवढा रीतसर इंटरव्ह्यू...वाईट दिसतं त्याशिवाय घेऊन टाकावयाचं म्हणजे...घेतलेला बरा...इंटरव्ह्यू...

चेअरमन : बोंबलायला आपुन काय इचारनार त्याला? आं? काय सर्जेराव? काय इचारनार?

सर्जेराव : पर म्हंत्यात मास्तर तर...

हणमशेठ : हून्जाऊन्दे.

चेअरमन : ठीक हाय. बोलवा!

महिपती : (प्रेक्षकांना) हे सर्व ऐकू येण्याइतपत मोठ्यानं चालू होतं. बोलावणं येताच कुलदैवताचं नाव घेतलं आणि सामोरा गेलो. (बसलेल्यांसमोर जाऊन सस्मित वाकून नमस्कार करतो.)

चेअरमन : काय नाव तुमचं!

महिपती : एम. बी. पोरपारणेकर, सर.

चेअरमन : काय? पोरपाडनेकर? (धो धो हसतात. सर्व हसतात.) असला मास्तर नको आपल्या कालिजात, हातमारे मास्तर. पोरपाडनेकर, म्हंतो.

महिपती : (सस्मितच) पोरपारणेकर. गाव आहे या नावाचं. पोरपारणे आणि चोरपारणे...दोन आहेत. मी पोरपारणेकर.

चेअरमन : असं असं. मंग हरकत नाही! हे आमचे हातमारे मास्तर.

प्राचार्य : प्राचार्य.

चेअरमन : हां प्राचार्य. तेच. कालेजचे हेडमास्तर.
[महिपती वाकून नमस्कार करतो.]
यांचं पण नाव जरा तसलंच आहे. पण आम्हाला झाली सवय आता. मास्तर, जरा पाणी आना बरं.
[प्राचार्य पाणी आणून देतो.]

दुसरा : (महिपतीला) जात काय तुमची?

महिपती : सोनकांबळी. (पुरेसे न वाटून) पण तसे आम्ही क्षत्रिय. आमचे पूर्वज म्हणे होळकरांच्या पदरी होते. होळकरांनी पुणं लुटलं तेव्हां आमच्या पूर्वजांनी फार पराक्रम गाजवला म्हणे.

चेअरमन : वा, वा. आणि तुम्ही कनचा पराक्रमी गाजिवनार? (मोठ्यांदा हसत) आमच्या कालेजला लुटू नका म्हंजी झालं. काय सर्जेराव?

सर्जेराव : (खोटे हसून टाळी देत) हो: हो: हो:

चेअरमन : आमचे प्रश्न संपले. आयला कुठं इचारत बसायचं उगा कायबाय? पाइंटशीर एकदोण प्रश्न इचारले, झालं. तुमी काय इचारा हणमशेठ. इचारा, घ्या इचारून.

हणमशेठ : (प्रयत्नपूर्वक) नाव? ते झालंच. मग, गाव? झालंच. पोरपारने. आता, जातीचं एक इचारायचं होतं, पर ते पन इचारलं वाटतं चेअरमनसायबांनी. (चेअरमनना) सम्दं इचारून झालंच म्हना की. (आठवून) हा. एक ऱ्हायलं. पोरं किती, पोरं? (सर्जेरावाला) कुटुंबनियोजनाचं वर्स हाय.

महिपती : एक पण नाही.

चेअरमन : भले शाबास.

हणमशेठ : (संशयाने) अजून काय तरी ऱ्हायलं. (आठवून) हा. खतं एकून किती परकारची असत्यात?

चेअरमन : हणमशेठ-

हणमशेठ : न्हवं, कसं झालं तरी खेड्यातली पोरं हाइत. मास्तरला–

प्राचार्य : प्रोफसर-प्रोफेसरला-

हणमशेठ : प्रोफिश्वरला शेतीची काय तरी आयड्या हवीच.

चेअरमन : काय हणमशेठ, आपली पोरं काय कालिज शिकून शेती करनार व्हय? नांगराला हात लावायला न्हाई तयार होत. दुसरं काय इचारा. मराठी भाषा शिकिवणार हायती ते.

हणमशेठ : शिकवू द्यात की. आमचं खुटं काय म्हननं हाय? तुमी म्हनाले म्हून टाकले दोन परश्न. सर्जेराव, इचारा–तुम्ही काय इचारा. तुमचा लंबर हाय.

सर्जेराव : (घसा खाकरून) मंजी दौंडकरनीची बारी पाह्यली हाय काय?

चेअरमन : आन आता त्येचं काय?

सर्जेराव : सांगतो-इचारतो-ह्ये यवढं परश्नाचं उत्तर देऊ द्या का म्होरला तयारच हाय. (महिपतीला सवाल-जबाबाच्या टेचात) सां–गा!

चेअरमन : भले बहाद्दर. सांगा, पोरपाडनेरकर, सांगा. द्या जबाब सवालाला.

महिपती : (इरेला पडून) हो. म्हणजे–आता त्याला फार दिवस झाले. बारी पाहून.

सर्जेराव : त्या बारीमंदी मंजी एक लावनी म्हंती. तिचा पैला सबूद हाय घोडा न् शेवटला राया हाय. तर ती लावनी कंची? (चेअरमनला) ह्ये असं हाय पाइंट. लावनी मराठीच हाय.

महिपती : काय आहे की... लावणी हे तसं-शृंगारिक वाङ्मय आहे आणि राष्ट्राचा म्हणजे-तरणोपाय वगैरे करायचा किंवा ठेवायचा असेल तर स्फूर्तिदायक ज्वलंत राष्ट्रीय साहित्य निर्माण झालं पाहिजे–उदाहरणार्थ पोवाडा. मी आपल्याला मुरारबाजीचा पोवाडा म्हणून दाखवू शकतो. विलक्षण स्फूर्तिदायक आहे.

चेअरमन : म्हना, म्हना.

सर्जेराव : पर त्ये मंजी दौंडकरनीच्या–

चेअरमन : सर्जेराव, मास्तर ठीक बोलतंय. काय हेडमास्तर?

प्राचार्य : नक्कीच. प्राचार्य, हेडमास्तर नव्हे–

चेअरमन : आयला! उगा सोप्या गोस्टीला अवघाड शब्द पायजेल कशापाय? म्हना, पोरपाडने मास्तर, पवाडा दाखवा म्हणून.

महिपती : (ब्रीफकेसचा डफ करून पोवाड्याचा चौक म्हणतो.)
ज्याच्या कबंधानं भूतळी
तिनशे जण बळी, घेतले पुरंदरी
मुरारबाजी धन्य धन्य सरदार
शाहिर ऽ पांडुरंग गाणार, जी जी जी॥
बाकी वाटलं तर यथावकाश पुन्हा कधी तरी म्हणून दाखवीन.

चेअरमन : इयाक्. (प्राचार्याला) आता तुमचं काय हातमारे मास्तर? (खोः खोः हसून) गाड्यामागून नळ्याची यात्रा!

प्राचार्य : (नर्व्हस) काही नाही. आपण सर्वांनी विचारलंतच. (चडफडत महिपतीला) तुम्ही चला बाहेर आता. निर्णय कळवण्यात येईल.

चेअरमन : आता निर्णाय काय आनखी असायचा? दुसरं हाय कुठं कोन बोंबलायला.

प्राचार्य : तेच...तेच (महिपतीला) या तुम्ही आता–

महिपती : (वाकून सर्वांना अभिवादन करीत) बरं तर. आभार. थँक यू. शुक्रिया.

[तिघे निघून जातात आत. चेअरमन स्टेजवरच बसून.]

(प्रेक्षकांना) इंटरव्ह्यू झाला. संस्थेच्या अध्यक्षांनी 'दुसरं हाय कुठं कोण बोंबलायला' हे वाक्य बोलून योग्य ती सूचना दिलीच होती. तरी मनच्या शंका फिटत नव्हत्या. तो हातमारे प्राचार्य ऊर्फ हेडमास्तर कशावरनं मध्ये पडणार नाही? इतर दोघांना पोवाडा कसा वाटला असेल? शाळेत पाठ केलेला कामी आला नाहीतर मंजी दौंडकरणीनं दांडी घेतल्यात जमा होती. बचावलो! खुंटा हलवून बळकट करावा आणि मगच शहरात परतावं असं मनानं घेतलं. संस्थेच्या अध्यक्षांना संध्याकाळला घरी गाठलं. (त्यांच्यापुढे सरकून घुटमळत) तेवढं नोकरीचं नक्की कळलं असतं...म्हणजे...

चेअरमन : (झिंगला स्वर) काय मास्तर...तुमाला ठेवलं, ठेवलं आम्ही तुमाला...ठेवून टाकलं... दगडावरची रेघ समजा...हितं हम करेसो कायदा!...

महिपती : थँक यू...

चेअरमन : तुमी जाऊच नगा आता वापस. रहा हितं. समदी व्यवस्था होईल. घेनार?

महिपती : काय? (घाईने) नको. नको.

चेअरमन : थोडी–

महिपती : अगदी नको! झाल्यय–कधीच-सकाळी. नव्हे, दुपारी. अंहं, संध्याकाळी. नाही नाही, म्हणजे घेत नाही!

चेअरमन : आम्ही समाजवादी. समद्याबरुबर घेतो. एकमेका घोट देऊ अवघे धरू सुपंथ. बगा, तुमी पन घ्या थोडा, सुपंथ.

महिपती : काही नको!

चेअरमन : घ्या, घ्या.

महिपती : नको! असं करतो, ही रिकामी बाटलीच घेतो. छान आहे.

चेअरमन : अच्छा तर मग. या तुमी. तुम्हांला ठेवलं बरं का मास्तर, त्ये हातमाऱ्याचं काय मनावर घेऊ नका. तसं जरा आगाऊच हाय त्ये. पर आम्हाला काय तरास नाही त्येचा. या तुमी. ठेवलं तुमाला!

महिपती : तसं अपॉईंटमेंट लेटर.

चेअरमन : बा झवत ग्येलं. आमचा शब्द हाय न्हवं का! आयला, आमचा शब्द पुरत न्हाई व्हय तुमाला? त्ये लेखीबिखी काय चालत नसतंय हितं–

महिपती : ठीक आहे!

चेअरमन : ऱ्हावा हितं. न्हाई तर या जाऊन-कुठं ते. तुमाला ठेवलं ह्ये पक्कं! कोन अपोज करंल तेच्या आयला– (थांबून) या, या. रामराम.

[स्वत:च आत जातो.]

महिपती : अशा प्रकारे नोकरी तर गटवली. तीसुद्धा प्राध्यापकाची. लेक्चरर नव्हे, प्रोफेसर. पहिल्या फटक्याला. स्टार्टच चमकदार होता. नवा जॉब खांद्यावर टाकून परत शहरात आलो. लाँड्रीवाल्याचे कपडे, ईश्वरभाईंची ब्रीफकेस परत करायची होती.

[ईश्वरभाई स्वत:ची हजामत स्वत: करीत येऊन बसलेले]
ईश्वरभाई...

ईश्वरभाई : अयाई. लागला चांगलाच वस्तरा. कोण, महिपती? काय बाबा, काय झालं इंटरव्ह्यूचं?

महिपती : हा घ्या डफ. (ब्रीफकेस त्यांच्या हाती ठेवतो.)

ईश्वरभाई : काय?

महिपती : डफ, डफ. वाजवायचा.

ईश्वरभाई : बरा आहेस ना?

महिपती : तुमच्या ब्रीफकेसच्या आणि मुरारबाजीच्या कृपेनं.

ईश्वरभाई : मुरारबाजी?

महिपती : तो आपला...धन्य धन्य सरदार...

ईश्वरभाई : काय झालं तुझं? रिजेक्ट झालास? अरे हे चालायचंच. प्रयत्ने वाळूचे–

महिपती : रिजेक्ट नाही झालो. सिलेक्ट झालो, सिलेक्ट. नॉट ॲज अ सिम्पल लेक्चरर. दि प्रोफेसर, येस!

ईश्वरभाई : प्रोफेसर? ('आ'.)

महिपती : येस. ते म्हणाले, लावणी सांगा. पहिला शब्द घोडा, शेवटचा राया. मी शिताफीनं पोवाड्यापर्यंत गेलो. एक चौक म्हटला चक्क. तुमची शपथ! तुमच्या ब्रीफकेसचा डफ केला होता. चेअरमन खूष! ठेवलं, म्हणाले!

ईश्वरभाई : ठेवलं म्हणाले...?

महिपती : हो! करा, हजामत पुरी काय, ईश्वरभाई.

ईश्वरभाई : हाती काही लेखी आहे काय तुझ्या? नाही. मग काय रे? ते शब्द बदलूसुद्धा शकतील. हां-

महिपती : नाही.

ईश्वरभाई : मी तुला सांगतो-

महिपती : तुम्ही नेहमीच सांगत आलात, ईश्वरभाई. पण आज मी तुम्हांला सांगतो-मी, प्राध्यापक-लेक्चरर नव्हे-हेड ऑफ दि मराठी डिपार्टमेंट, कै. मातुश्री गयाबाई सुतराम मुंडाशे, कला आणि शास्त्र महाविद्यालय-की मी प्राध्यापक झालो आहे.

ईश्वरभाई : पुरावा?

महिपती : पुरावा हाच की इंटरव्ह्यूला दुसरं कुणीच नव्हतं. हम अकेला था! दुसरा पुरावा हा की संस्थेच्या चेअरमनसाहेबांनी आता परत जाऊच नका. इथेच राहा, असा प्रेमळ आग्रह चालवला होता. तिसरा पुरावा हा की ईश्वरभाई-त्यांनी मला 'ही' ऑफर केली-ही-

ईश्वरभाई : (बाटली पाहत) काय? घेतलीस की काय?

महिपती : नाही. पण पुरावा म्हणून तुमच्यासाठी आणली आहे.

ईश्वरभाई : (कण्हून) आं? शी शी शी. काय हे महिपती, इथल्या ध्येयवादाचे संस्कार तुझ्यावर-

महिपती : म्हणूनच दारू न घेता, रिकामी बाटली घेऊन आलो. ईश्वरभाई. आपल्याला न पिताच आज चढली आहे–

ईश्वरभाई : चढून जाऊ नको, महिपती, गर्वाचं घर खाली–

महिपती : तुम हजामत पुरी करो. हम चलता है.

ईश्वरभाई : बाटली-इथून जाताना बाटली खिशात ठेव–

महिपती : (हातातल्या बाटलीची जाणीव होऊन ती तिथेच ठेवत) तुम्हांला सादर सप्रेम भेट! महिपती-चुकलो, प्राध्यापक एम. बी. पोरपारणेकर यांजकडून सस्नेह. बाय.

[सुन्न ईश्वरभाई बाटली उचलून आत जातात.]

(प्रेक्षकांना) तर आपण प्राध्यापक बनलो.

[मागे वर्गातल्या विद्यार्थ्यांचे कटआऊट्स रांगेने 'उगवतात.']

लाँड्रीवाल्याचे कपडे साभार परत केले. त्याला बातमी दिली.

तो हळहळला. म्हणाला हल्लीसारखी कॉलेजं असती तर कुणास ठाऊक, आपण सुद्धा शिकून प्रोफेसर झालो असतो. पण त्याने अभिनंदन केलं. त्याच्याकडून पहिल्या पगारातून परतफेडीच्या बोलीवर काही पैसे घेऊन बाजारातून नवे दोन कपडे आणले. टाय, लाँड्रीवाला म्हणाला, नंतर परत केला तरी चालेल. तो त्याचा स्वत:चा होता. तो म्हणाला, नाय तरी धुण्याचे कपडे बांधायलाच अलीकडे उपयोगी येत होता, वापर तू महिपती. साक्षात् कॉल आला. ईश्वरभाईंना दाखवला. ते चक्क गहिवरले. डोळे पुसत म्हणाले, असो, अखेर तुला खरंच प्राध्यापक केलेलं दिसतं. पण शेफारून जाऊ नकोस, महिपती. अध्यापन हे एक खडतर व्रत आहे. उगीच वाटेल त्याला ते जमत नसतं. पदवी मिळाली म्हणजे शिकवण्याचा अधिकार प्राप्त झाला असं नव्हे. संभाळून राहा. त्यांचा निरोप घेताना मलाही जरा जड वाटलं. सवय झाली होती ना. घरी कळवलं. 'दर महा काही ना काही न विसरता घरी पाठवत जाणे. येत्या मारगेसरात लग्नाचा विचार आता करावा' अशा शुभेच्छा आल्या. घरमालकांना वर्दी दिली. त्यांना तर मनापासून हर्षच झाला-मी खोली सोडून जातोय म्हणून. लवकर जा म्हणाले. अशा प्रकारे वाजत गाजत महिपती बभ्रुवाहन पोरपारणेकर शहर सोडून त्यांच्या पहिल्या प्राध्यापकीय कामगिरीवर जाऊन हजर झाले.

[विंगेशी जाऊन पाणी पितो. तोवर पोलीस-बँड वाजत राहतो. विद्यार्थी येऊन बसतात.]

(कपडे चाचपून घसा खाकरीत आणि टाय नीट करीत.) प्राध्यापक. एक जन्मत:च जाणकार व्यक्तिमत्त्व. प्रौढ. धीरगंभीर, भारदस्त. विद्वत्तेच्या ओझ्याखाली अंमळ वाकलेलं. थोडं रुक्ष. अंतर्मुख.

विसराळू. पण एकंदरीने कसं आदरणीय वगैरे. आणि कायम एका वेगळ्या, धूसर जगात तरंगणारं. टक्कल असल्यास फारच उत्तम. नसल्यास निदान जाड फ्रेमचा चष्मा. आणि मुख्यत: भाषा-अस्सल प्राध्यापकीय आणि या जगापलीकडची. हिचा रियाज केला होताच.

(भाषेचा एक लांबलचक परिच्छेद लीलया म्हणून दाखवतो.) पण हे नंतरचं. पहिल्या दिवशी एंट्री घेतली.

दुसरा मुलगा : ए तिकिट कलेक्टर!

एक मुलगा : असरानी!

तिसरा मुलगा : मुझको यारों माफ करना, मै नशेमें हूं!

[हशा. स्टँपिंग. प्रा. महिपती पोरपारणेकरच्या अंगावर काहीतरी हलकेच पण वेगाने येऊन आपटते.]

चौथा मुलगा : (मुलीचा आवाज काढीत) ए, गपा! [हशा.]

महिपती : (धीरगंभीरपणे) सायलेन्स!

चौथा मुलगा : (मुरलीच्याच आवाजात) गपा म्हंतो तर?

[हशा.]

महिपती : दॅट्स ऑल फॉर द टाइम बीइंग. (प्रेक्षकांना) ही गावठी पोरं फर्ड इंग्लिश बोलणाराला नक्कीच जरा दबून राहणार असं ठरवून असली काही शेलकी वाक्यंही मी खिशात ठेवली होती. (पोरांना) टाइम फॉर वर्क नाऊ.

एक मुलगा : (तोंडात बोटे घालून शिट्टी वाजवून) ऐक्का!

[गोंधळ.]

दुसरा मुलगा : कोन, मावशीबाय वाटतं?

चौथा मुलगा : (मुलीच्या आवाजात) ए, चाप! पदर नका वढू रं!

[हशा.]

आरं नका म्हंती तर! आजचं दूध सरलं.

[आवाज. हशा. टाळ्या. स्टॅम्पिग. एक वाद्यात दीर्घ आवाज.]

महिपती : ऑल राइट. नाऊ आय विल गिव्ह ओन्ली वन मिनिट फॉर सेलिब्रेशन ॲण्ड देन वुई स्टार्ट वर्क.

[पोरे एक, दुसरा असे करीत कोरसमध्ये म्हणू लागतात 'जय जय संतोषी माता...' जोडीला टाळ्या, बाके, शिट्ट्या, संतोषीमाताच्या पोजमध्ये बबन्या उभा.]

महिपती : मिनिट ईज ओव्हर. नाऊ टु वर्क.

[गाणे साग्रसंगीत चालूच. ते जरा अस्पष्ट होते.]

सूटबूट किंवा इंग्लिशचा उपयोग ग्रामीण भागात आजकाल अपेक्षित भयनिर्मिती करीत नाही हे तर कळलं...

[गाणे पुन्हा जोरात चालू.]

आता काय? या विचारात पाचेक मिनिटं गेली. आणि तेवढं गाणं तरी तेवढ्यात संपलं. ताबडतोब आपण आपल्या जवळचं दुसरं अस्त्र काढून पोरांवर फेकलं. (जडजंबाल प्राध्यापकी भाषेचे परिच्छेदामागून परिच्छेद एका दमात म्हणू लागतो. मध्ये थांबून) सुरुवातीला तरी पोरं वचकून जरा गप्प झाली, आपल्या दमछाकीकडे चकित पाहू लागली.

[परिच्छेद म्हणत राहतो. एकदम एक दीर्घ आवाज. बबन्या आडवा.]

एक मुलगा : (उभा राहून) सर, सर, ह्यो बघा बबन्या पवाराला झेंडू फुटला. ए, अरे व्हान आना व्हान.

दुसरा मुलगा : कांदा आना ए-

तिसरा मुलगा : कांदा, कांदा!

[गडबड.]

महिपती : मी पाहिलं तर खरंच एक मुलगा फेफरं येऊन भुईवर आडवा पडलेला! त्याला शुद्धीवर आणण्यासाठी मीही मग जारीनं

मार्गदर्शनात्मक प्रयत्न चालवले. (कसे ते दाखवतो.)

चौथा मुलगा : सर, बबन्या म्येला.

दुसरा मुलगा : आयला नाडीच बंद पल्डी वाटतं.

तिसरा मुलगा : स्वासच घेईना, बघ.

महिपती : आपण गडबडलो. म्हणजे नोकरीच्या पहिल्याच दिवशी..

एक मुलगा : ए, बबनच्या बाला बोलवा ए-

दुसरा मुलगा : डाक्टरला बोलवा डाक्टरला-

तिसरा मुलगा : सर, बबन्याला सवयच व्हती-

सगळी मुले : भलतंच झालं म्हणायचं. बबन्या म्येला!

महिपती : आपल्या पोटात खड्डा पडला. तरी धीर करून बबन्या नावाच्या त्या आडव्या देहाकडे नीट पाहिलं. त्याची छाती मुळीच हलत नव्हती. बाप रे!

[मुले बबन्याला आडवा उचलतात. नेऊ लागतात.]

मुले : (रडक्या स्वरात) राम बोलो-भाय राम-

[बबन्याला नेताना बबन्या एकदम उठून बसून मजेत हात हलवू लागतो.]

बबन्या : ए-आरं कुठं नेता ए मला-सोडा मला-

[मुले 'भूत' म्हणून गिल्ला करीत दूर धावतात. बबन्याला भुईवर टाकलेला. आता तो नीट उभा राहतो.]

बबन्या : (मजेत) आयला, मला जित्ता जाळनार व्हते की!

(बबन्या आता एक फिल्मी गाणे मेहमूद फॅशनचा नाच करीत करीत म्हणू लागतो. मुलांची साथ आणि उत्तेजन.)

महिपती : हसावं का रडावं तेच समजत नव्हतं. बबन्या पवार यातला सराईत होता एकूण. पोटात राग पण वाढत होता. डोकं गरगरत होतं. एवढ्या महत्त्वाकांक्षेनं मिळवलेल्या प्राध्यापकीय पदवीची ही अशी वासलात? इतक्या चमत्कारानं मिळालेल्या

नव्या नोकरीचा असा पहिल्याच झूटला हास्यास्पद शेवट? इतक्या तयारीनंतर हा असला पोरकट पराभव? परत बेकारी? अरे हट्! (ओरडून) बबन्या!

[सर्व मुले यासशी गप्प. बबन्या कमरेवर दोन्ही हात ठेवून मेहमूदसारखा उभा. तो आता ढुंगण किंचित् हलवतो. दबला हशा.]

बबन्या, भडव्या! तुझ्या आयला तुझ्या, इकडं ये.

[बबन्या हे सीरिअसली घ्यावे की लाइटली हे न कळून उभा. मुले बघताहेत.]

इकडं ये आधी! (कोट काढून खाली फेकतो. टाय काढून टाकतो. शर्टाच्या बाह्या वर करतो.)

असा म्होरं ये भडव्या, न्हाई तर तुझ्या बाचा तू मुलगा नव्हंस! चल ये.

[बबन्या किंचित् घोटाळून निर्णय ठरल्यासारखा पुढे येऊन उभा राहतो पवित्रा घेऊन.]

महिपती : (प्रेक्षकांना) पाय जरा लटपटत होते पण आता अवसान टाकून चालणार नव्हतं. (बबन्याला उद्देशून) आता नाच.

[बबन्या घोटाळ्यात, नाचावे तर परिणामाचा अंदाज नाही, न नाचावे तर मुलांसमोर नामुष्की.]

बबन्या : (गुरगुरत) हा, नाचंन की, आपल्याला कोन रोखतंय!

महिपती : (प्रेक्षकांना) नंतर कळलं की बबन्या सरपंचाचा पोरगा. या जोरावर तो जिमखाना सेक्रेटरी आणि विद्यार्थी संसदेचा सेक्रेटरी म्हणून बिनविरोध निवडून येत होता. त्या वेळी हे माहीत नव्हतं. आणि नव्हतं माहीत तेच बरं होतं. (जोरात) भडव्या, नाच हिंमत असेल तर!

बबन्या : (गुरगुरत) काय कराल?

महिपती : ते बघेन मी! साल्या, मजाक वाटली काय तुला कॉलेज म्हणजे? तुला दावतोच आज. (गर्जना) चल, नाच!

[बबन्या धाडस करून नाचाची एक स्टेप टाकतो आणि दबकतो.].

बबन्या : आपुन आपल्या मनाला यील तवा नाचू! कोन जोर करतंय आपल्यावर!

महिपती : हात तुझी लेका. मुर्दाड कुठला. तुझी हिंमत नाही आता नाचायची!

बबन्या : आपल्याला चिडवू नगा. खोपडी लई गरम हाय आपली.

महिपती : पावणेआठ आहेस लेका तू! मी काही करीत नाही बघून माजला होतास. आता नाचच तू. (प्रेक्षकांना) पाय तुमानीत इतके लटपटत होते की कोणत्याही क्षणी मीच नाचायला लागेन असं वाटत होतं. पण आता सुटकाच नव्हती!

बबन्या : (पोरांना गुरगुरत) ए. चला, नाचा रे!

[मुले न नाचता उभी.]

हात् तुमच्या आयला तुमच्या! डरपोक हात!

[इभ्रत इरेला पडल्याने बबन्या मानसिक तयारी करून नाचाचा एक पवित्रा घेतो; पण पुढे नाचत नाही.]

हा बघा नाचलो. हा, कोन हात लावतंय आपल्याला बगतो की आपुन. नाचलो आपुन.

महिपती : (प्रेक्षकांना) लाक्षणिक नाचाची बतावणी करून बबन्या पवार आता त्याच्यापुढचा पेच माझ्यावर ढकलू बघत होता. मला आव्हान देऊन आपण सुटू बघत होता.

बबन्या : नाचलोय आपुन. हा!

महिपती : (प्रेक्षकांना) पुढे काय? बबन्याचा आडदांड देह नर्व्हस धटिंगणासारखा पुढे उभा राहून आव्हान देत होता. आणि आव्हान खाली पडू दिल्याची बोलवा प्राध्यापकीच संपवणार

होती. सुटका नव्हती.

[पुढे होऊन बबन्याला एकदम एक लाफा चढवतो. बबन्या आणि मुले सुन्न. महिपती हात मागे लपवून चोळतो आहे.]

वाटत होतं की कोणत्याही क्षणी बबन्याचा रुंद हात उलट आपल्या कानशिलाच्या दिशेने भिरभिरला तर पाणी मागायलाही उठायला नको. क्षण मोजत होतो.

[बबन्या एकदम तिथून निघून जातो. मुले चकित होऊन पाहत आहेत.]

गेला–बबन्या चक्क निघून गेला. नाहीसा झाला. जय हो ईश्वरभाई के चेले की! (ओरडून) आणखी कुणाची हिंमत हाय? असली तर आयला होऊनच जाऊ द्या! या कोण येणार असेल तर!

[सगळे गप्प.]

चला. तर मग, बसा आपापल्या जाग्यावर आणि अभ्यास सुरू करा मुकाट, चला!

[सगळी मुले मूळ जागी जातात. फटफटीचा लांब जाणारा आवाज.]

तेवढ्यात तासच संपला नाहीतर पंचाईत आली होती. प्राध्यापकीय धीरगंभीर भारदस्तपणाला न शोभण्याइतकी घाई लागली होती. लेकीन हमने जीत लिया! साली सलामी तर जमून गेली. मीच माझी मनातल्या मनात पाठ थोपटत होतो. हेही आता लक्षात आलं होतं की इथं भारदस्त शहरी प्राध्यापकीय भाषेचं काम नाही. साल्या, भडव्या आणि तुझ्या आयलातच मतलब व्यक्त करण्याचं सर्व सामर्थ्य आहे. हीच इथली वाङ्मयीन बोली आहे. त्याहून लाफा 'आशयघन' वगैरे. एक चढवला की हजार शब्दांचं काम होतं. आणि पुन्हा हेही शस्त्र फार जपून वापरलं पाहिजे, एरवी त्याचीही धार निघून जायची. म्हणजे थोडक्यात,

प्राध्यापकी टिकवायची आणि बेकारी रोखायची तर इथे आपला सगळा समज नव्याने पारखून घ्यायला पाहिजे. प्राध्यापक म्हणजे घोड्याएवढ्या वाढलेल्या या आडदांड पोरांचा गुरुजन वगैरे होणं शक्य नसून तो त्यांचा जास्त पावरबाज भिडूच असू शकतो आणि तरच तो टिकू शकतो. तसंच इथल्या या दाढीमिशा आलेल्या पोरट्यांना शिकवण्याचा प्रयत्न जास्तीचा आणि शिवाय व्यर्थ असून ती मुळी शिकण्यासाठी कॉलेजात आलेलीच नसतात. ती कॉलेजात येतात कारण त्यांच्या बापांकडे पैसा असतो. कॉलेजच्या वातावरणात चार वर्षं मजेत जावीत एवढाच माफक उद्देश त्यांच्या कॉलेजात येण्यामागे आणि त्यांना कॉलेजात पाठवण्यामागे बहुधा असतो. तर उत्तमच आहे. त्या रात्री आपण तोवर उराशी घट्ट धरलेले सर्व गैरसमज ढेकणांसारखे हुडकून हुडकून चिरडून टाकले. ज्ञान, व्यासंग, विद्वत्ता सब झूट! प्राध्यापकालासुद्धा पोट हाच सर्वांत महत्त्वाचा अवयव असतो आणि 'प्रा.' या पदवीला विद्वत्ता वगैरे शर्ती मुळीच नसतात. प्रा. म्हणजे कॉलेजात प्यून किंवा कारकुनाची नसलेली एक नोकरी करणारा. बेष्ट, आपलं काम सोपं झालं. तिच्याऽयला तसे आपण पण ग्रामीण मातीतलेच की, व्हय!

[हे बोलत त्याने सूट, टाय वगैरे उतरून एक अस्सल मुंडेछाट खमीस आणि लहेंगा चढवला आहे. खिशातून एक पुरचुंडी काढून तो तिच्यातला तमाखू मळतो आणि तमाखूचा बकाणा मारतो. इथवरचे बोलणे संपताना त्याचे पचक् थोः!

इथे त्याच्या वर्गातली पोरे येऊन पोचलेली. हे पाहून ती एकदम हडबडतात.]

एक मुलगा : (धक्का बसून) मायला!

दुसरा मुलगा : कोन? पोरपाड्या? (जीभ चावतो.) सर, तुमी?

तिसरा मुलगा: आज काय डिफरंटच वाटता की.

चौथा मुलगा : (आदराने पाहत) आपुन तर वळखलंच नसतं बाबा. आयच्यान!

पहिला मुलगा : सर आणिक असे! (थक्क.)

महिपती : मायला, कसं मोकळं वाटतं या कपड्यात! काढ ए साळुंख्या, वाइच सिग्रेट काढ!

[साळुंखे (मु. नं. १) एकाच वेळी अवाक् आणि खूष होऊन सिगरेट देतो. मु. नं. २ शिलगावतो. महिपती झुरके घेतो.]

वढा, तुमी पण वढा की. त्यात कसला संकोच?

[प्रथम संकोचत आणि मग बऱ्याच मोकळेपणाने पोरे सिगरेट ओढतात.]

बबन्या काय म्हणतो बबन्या? आणिक काय रे ए साळुंख्या, तुझी त्या निरफराटेवर लाइन लई जोरात चालू हाय. आं? चालून्द्या, चालून्द्या लेको, नेम हाणत राहा, एकाद दिशी बसंल गोळी!

[मुलगा १ लाजलेला पण थ्रिल्ड.]

कंडा हाय पोरगी!

[पोरे थक्क 'आ' वासून.]

(डोळा घालून) का? आम्हांला तिच्यायला यामधी काय कळतंच नाही का काय?

[पोरांचा 'आ' कायम.]

(दोन बोटे तोंडात घालून शिट्टी मारीत) ऐक्का! आपल्या वर्गाची आपण एक सहल काढणार.

[पोरे उड्या मारून उत्सव करतात. महिपती आत गेलेला. मोटार सायकलचा वाढता आवाज. मग तो थांबतो. बबन्या पवार झुलत झुलत येतो.]

बबन्या : (गुरगुरत) काय रं, कुठं दिसला का तो पोरपाडण्या? आयला,

गावू देच, भुगा करून टाकतो तेचा!

पहिला मुलगा : ए बबन्या, छोड बे.

बबन्या : छोड बे? भडवा भर क्लासमध्ये लाफा चढवतो? माझ्या? या बबन्या पवारच्या? अपमान! ! इन्सल्ट!!

दुसरा मुलगा: अरं पण गुरजन हाय न्हवं आपला?

बबन्या : मग? समद्या पोरींच्या समोर लाफा चढवील? लाफा? माझ्या? आयला न्हाई उखळात घालून कांडला त्येला तर सरपंचाची कुळी सांगणार नाही! (मिशीवर पीळ) चला तेच्या मायला हुडकून काढू त्येला!

तिसरा मुलगा : आपुन न्हाई येत.

बबन्या : काय? येत न्हाई?

दुसरा मुलगा : तसा तो ब्येस हाय.

बबन्या : (धक्का) ब्येस हाय? माझ्या ग्यँगमधली मेंबरं तुमी आनिक त्याची भलामण करता?

पहिला मुलगा : आपल्याला तर पसंद आला.

तिसरा मुलगा : कसा आपल्यातला वाटतोय.

दुसरा मुलगा : काय डिफरन्स वाटतच न्हाई.

बबन्या : (ओरडून) बास! काय झालं काय तुम्हाला? माझ्या अपमाणाचा बदला तुमी घेणार का न्हाई?

सगळे : न्हाई.

[बबन्याला प्रचंड धक्का.]

बबन्या : न्हाई? (चडफडत) ठीक हाय. ठीकच हाय!

पहिला मुलगा : ए बबन्या, अंगाला हात लावशील तेच्या तर आम्ही बघून घेऊ.

दुसरा मुलगा : आमाला ॲक्शन घ्यावी लागंल-

तिसरा मुलगा : सांगून ठेवतोय, भुगा करू भुगा!

दुसरा मुलगा : उखळात घालून कांडल्याबिगर ऱ्हानार न्हाई!

[बबन्या मूढ. डोके खाजवतो आहे. महिपती येतो.]

महिपती : (पाहून प्रथम धसकतो. मग सावरत) कोण ब-बबन? काय रे? अं?

[बबन्या रागाने नुसताच न्याहाळतो महिपती पोरपारणेकराला. महिपती जरा जास्त नर्व्हस. मग बबन्या हात पुढे करतो. महिपतीला याचा अर्थ प्रथम कळत नाही. मग बबन्याचा पुढे केलेला हात तो बिचकत हातात घेतो. बबन्या शेकहँड करतो जोरात. महिपती दुखलेला हात झाडतो.]

महिपता : (हात झाडीत) सहल! सहलीला चला!

[सगळी पोरे गजर करतात. मुली येऊन जॉइन होतात. आणि मग सहलीतला जल्लोष, गाणे, नाच, ढोलकी. महिपती यात भाग घेतो. हे संपते आणि दारूची बाटली, ग्लासे मागे लपवून घेऊन विद्यार्थी १, २, ३, ४ अधिक बबन्या अल्लद आलेले. महिपती पलीकडे एकटाच निसर्ग वगैरे न्याहाळीत बसला आहे. मागील बाजूला ढोलकी, गाणे अस्पष्ट चालू.]

पहिला मुलगा :(पलीकडे बैठक मारीत) काय सर, एकलेच काय करताय?

महिपती : आं? काही नाही. सृष्टीसौंदर्य-सृष्टीसौंदर्य बघतोय. (भारल्या स्वरात) हिरवे हिरवे गार गालिचे हरित तृणांच्या मखमालीचे... त्या सुंदर... त्या सुंदर...

दुसरा मुलगा : आमी पन.

महिपती : काय आम्ही पण?

तिसरा मुलगा : सिष्टिसौंदर्य-व्हय.

चौथा मुलगा : आयला भारीच-सिष्टि-काय ते...

[ग्लासे, बाटली आड लपवून १, २, ३, ४ आणि बबन्या एकमेकांना खुणावतात. गुरूसमोर कसे प्यायचे ही इतरांची

अडचण. बबन्या खुणेने म्हणतो, त्यात काय? त्याला काय भ्यायचं. चला, ओता. पण इतरांना तरी संकोच.]

बबन्या : (आता महिपतीच्या दिशेने सरकून) काय सर, काय तहान बिहान न्हाई वाटतं लागली?

महिपती : कुणाला? छे! का? तुला लागली?

बबन्या : तर. तुमी बी प्या.

[इतर त्याला खुणांनी इशारे करताहेत.]

महिपती : काय?

बबन्या : हेच की-आणखी काय.

महिपती : (पाहून) काय? भलतंच! तुम्ही दारू पिताहात?

बबन्या : पितो अधनं मधनं. कालेजच्या मागंच तर हातभट्टी हाय!

महिपती : कॉलेजच्या पाठीमागं?

बबन्या : हे तर कायच न्हाई. पैली आपल्या मुतारीत होती, सर, कॉलेजच्या.

महिपती : दारूची भट्टी?

बबन्या : तर! तुमाला काय ठावकी. तुमी कालपरवा आला. आपुन चार वर्सापुन हाय की कालिजात. दोन वर्सं वन्समोर घेतला. घ्या, धरा. धरा राव, मर्द हात ना तुमी?

[भरलेला ग्लास बळेच महिपतीच्या हाती देतो.]

करा सुरू. (इतर मुलांना) करा रं...

महिपती : पण दारू–(घुटमळलेला.)

बबन्या : हात् तुमची. दारू घ्यायला टरकता?

महिपती : टरकतो कोण? पण-

बबन्या : घ्या मंग! (इतरांना) ए, सरान्ला फार नगा दिऊ रं. (महिपतीला) तुमाला लागंल तितकी प्या, सर. खुषीची बात हाय. (स्वत: मोठा घोट घेतो.) हा:! पण साला पुरेशी ष्ट्रांग न्हाई.

महिपती : (प्रेक्षकांना) आपल्या लक्षात आलं, बबन्या पवारनं आपल्याला

नव्या जुगलबंदीत ओढलंय, आणि इथेही आपण कमी पडून चालणार नाही. बबन्याची तीच अपेक्षा आहे. त्याच्या गँगच्या मनात आपल्याबद्दल निर्माण झालेला नवा आदर संपवण्याचा बबन्याचा कावा आहे. राजा, रात्र बबन्याची आहे, सावध रहा! (एक मोठा घोट घेतल्यासारखा करून) हा:! योकदम पानी!

[१, २, ३, ४, दचकतात.]

बबन्या : (दुसरा घोट घेत) आयला मजा न्हाई.

महिपती : (दुसरा घोट घेतल्याप्रमाणे करून) हाय झालं. पोरान्ला बरी हाय.

[१, २, ३, ४ चकित पाहत आहेत.]

बबन्या : (घोट घेत) सरबत हाय सरबत.

महिपती : (घोट घेतल्याप्रमाणे करून) खोकल्याचं औषध. घशाला निसत्या गुदगुदल्या होत्यात. बास.

[बबन्या आणि १, २, ३, ४ महिपतीच्या ग्लासाकडे आता बारकाईने पाहू लागतात.]

बबन्या : काय सर, अजून काय घेतलीच न्हाई तुमी.

महिपती : (शिताफीने हातातला ग्लास पलीकडे हळूच कलता करून थोडी दारू ओतून टाकीत बबन्याला) तुझ्यापरीस जास्त. (त्याच्या ग्लासाशेजारी आपला ग्लास धरून) बघ की. (इतर मुलांना) बघा रं.

बबन्या : (इरेला पेटून एकदम आपला ग्लास ढोसून) आता?

महिपती : (हा परफॉर्मन्स पाहून गार पडत पण सावरून) असं काय तेच्या आयला, कोन पन पील ससा कासवाच्या गोष्टीतल्या सारखं हाय बबन्याचं. ससा पैल्या झूटला ह्यो धावला, ह्यो धावला. कासव पार मागं ऱ्हायलं. पण जितलं कोन?

१, २, ३, ४ : कासाव, कासाव (पीत आहेत.)

बबन्या : (चेवलेला. ग्लास रिकामा करून) वता रं, बघू या कोन टिकतोय तो.

महिपती : (आपला ग्लास एवढ्यात बाजूला पुरता ओतून पुढे रिकामा मांडून) बघू या की. वता.

[मुले दोघांचे ग्लास भरतात. स्वत: पितात.]

बबन्या : (मोठा घोट घेत) आपुन हरू तर आपल्या बाचं न्हवंत!

महिपती : दमानं घे बबन्या, उगा उस्तात जाईल. ठसका लागंल. (नवा घोट घेतल्यासारखा दाखवतो.) बच्चा हाईस अजून.

बबन्या : आरं जा ए पोरपाडनिच्च्या. (आता याला चढली आहे.) कुना म्होरं टिव् टिव् करतो? चल संपव ग्लास. हा बघ आपला सप्ला. (ग्लास घशात रिकामा करतो आणि ठसक्याने घुसमटतो.)

महिपती : (आपला ग्लास आधीप्रमाणे बाजूला ओततो आणि पुढे मांडतो.) आपला आधीच सप्ला हाय.

[मुलांच्या प्यायलेल्या मुद्रांवर विलक्षण अचंबा.]

द्या, पानी द्या बबन्याला. ठसका लागला बघा तेला.

पहिला मुलगा : पी, पानी पी बबन्या.

दुसरा मुलगा: ल्हान हाय अजून.

तिसरा मुलगा : बच्चा हाय बच्चा! (सगळे झिंगले हसतात.)

(चौथा मुलगा चुळबळतो आहे. जरा जरा उठून खाली बघतो. पुन्हा बसता होतो. असे करताना सरकत तिसऱ्या मुलाला चिकटतो.)

तिसरा मुलगा : काय रं? काय हाय, आं?

चौथा मुलगा : काय न्हाई. (पण नर्व्हस.)

बबन्या : वता, ए, ग्लास भरा.

महिपती : हा भरा, तेच्या मायला.

[मुले दोघांचे ग्लास भरतात. चौथा मुलगा सरकत तिसऱ्या

मुलाला इतका चिकटतो की तिसरा मुलगा हेलपाटतो.]

तिसरा मुलगा : (वैतागून चौथ्या मुलाला) ए, आरं काय?

चौथा मुलगा : (फारच नर्व्हस) आं? काय न्हाई.

बबन्या : (ग्लास तोंडाला लावतो.) बं भोले!

तिसरा मुलगा : (चौथ्या मुलाला) काय मांडीवर बसतुस का काय माझ्या? सरक की तिकडं!

चौथा मुलगा : (नर्व्हस) नगं.

तिसरा मुलगा : नगं? सरक आदुगर!

चौथा मुलगा : नगं नगं...

तिसरा मुलगा : (त्याला ढकलीत) सरक म्हंतोय तर.

चौथा मुलगा : (सरकण्याऐवजी) वलं हाय.

तिसरा मुलगा : काय वलं हाय?

चौथा मुलगा : (खाली दर्शवीत) जिमीन.

तिसरा मुलगा : जिमीन?

महिपती : (बबन्याची वीरश्री बघून त्याच स्वरात) जय शंकर! (ग्लास बाजूला ओतून लागलीच तोंडाला लावून रिता केल्यासारखा करतो.)

१, २, ३ : (उत्तेजन देत) भले भले!

चौथा मुलगा: (कण्हत) वाढलं, आयला वाढलं!

तिसरा मुलगा : काय? काय वाढलं?

चौथा मुलगा: (तुमान चाचपीत जास्तच नर्व्हस होऊन) काय न्हाई. मलाच काय तरी–काय कळं ना. (गडबडीत उठून विंगमध्ये धावत जातो.)

१, २, ३. : (पाहत) ए-आरं ए–(हसून लोळत) आयला तुमान वली केली मारत्यानं! (एकमेकांना टाळ्या देत आहेत.)

[बबन्या तर्र झुलतो आहे.]

महिपती : (प्रेक्षकांना) मारत्याच्या तुमानीला तो जबाबदार नव्हता. मी

ओतलेल्या दारूच्या ओघळांनी मारत्या ओला झाला असावा. पण फिकीर नाही. (रिता ग्लास बबन्यापुढे ठेवीत) बबन्या, भडव्या. ठेव गिलास. भरा रं!

[बबन्या या जगापलीकडे. किक येऊन तो उपडा लोळतो.]

१, २, ३ : (जड जिभेने) बबन्या लोळला. दांडा गुल.

महिपती : (एकदम अंगात आल्याप्रमाणे उभा राहून व्याख्यानाच्या स्वरात) विद्यार्थी मित्र हो!

[१, २, ३, झिंगले बघतात 'आ' वासून,]

महिपती : (प्रेक्षकांना) आपल्याला पण किक् आली होती. आता डोळ्यांपुढे ईश्वरभाई चमकत होते. परमपूज्य दादाभाई, पूजनीय फफेगुरुजी, श्री संत बोडकेगावकर महाराज, अशी एकाहून एक देदिप्यमान ताऱ्यांची मालिका टाळक्यात फेर धरून राहिली होती. संस्कार आणि सुप्त आत्मविश्वास जागे होऊन उठून बसले होते. जय बजरंग! जय भारत! जय ईश्वरभाई! जय मी! (तावातावाने एक व्याख्यान देऊ लागतो, आजचा तरुण आणि नैतिक मूल्यांवर.)

[हे चालू असता विद्यार्थी १, २, ३, देखील बबन्याच्या अवस्थेत लोळलेले. महिपती व्याख्यान देतोच आहे श्वास कोंडेपर्यंत. आणि ब्लॅक आउट. स्तब्धता.

प्रकाश झोतात एक तरुण मुलगी उभी. भावलीसारखी.]

महिपती : ट्रिप तशी गाजली. म्हणजे त्याबद्दल नंतर प्राचार्यांकडे तक्रारी नेल्या-इतर असंतुष्ट प्राध्यापक आत्म्यांनी. पण सरपंचाच्या अव्वल अवलादीपुढे-साक्षात बबन्या पवारपुढे-य:कश्चित प्राचार्य काय करू शकणार? प्रकरण दाबलं गेलं इतकंच नव्हे तर आपला एक दबदबा कॉलेजात निर्माण झाला. व्हय! (तरुण मुलीकडे निर्देश.) आता, ही आपल्याला दिसत असलेली कोण? ही कोण, कुठली, कुठून आली आणि कुठे गेली?

हिच्यामुळे प्राध्यापक पोरपारणेकर ऊर्फ मी यांच्या एरवी स्त्रीपात्रविरहित आयुष्यात काय काय उलथापालथी घडल्या? मंडळी, यासाठी पुढील अंकाकडे लक्ष ठेवा.

[काळोख. ट्रिपमध्ये गायले गेलेले टाळ्या आणि जल्लोषयुक्त गाणे चालू होते.

पडदा.]

अंक दुसरा

[कॉलेजचा प्राध्यापक वर्ग स्टाफरूममध्ये बसावा तसा येऊन बसतो. पैकी एक प्राध्यापक पाय ताणून झोपतो.
महिपती गडबडीने येतो. शर्ट पँट टाय असा पोशाख.]

पहिला प्रा. : (दात ओठ खात, दुसऱ्या प्रा. ला) आला किलवरचा छक्का!

दुसरा प्रा. : (हा हिंदीचा.) बबन्या के साथ कल रातको भी तमाशा का फड हुआ होगा. (महिपतीला) आइये, पोरपारणेकरजी, आइये. खबर मिली या नही?

महिपती : खबर? कसली खबर! नाही बुवा. काय?

पहिला प्रा. : तुम्हाला नाय कळली?

महिपती : काय पण?

दुसरा प्रा. : (पहिल्या प्रा. ला) लो, इनको तो कुछ पताही नही!

महिपती : कसली बातमी पण? कोण वारलं?

पहिला प्रा. : वारलं कोण नाही, तट्टू येतंय.

महिपती : तट्टू?

दुसरा प्रा. : हां...तट्टू. (अर्थपूर्ण हसतो.)

महिपती : कुठलं तट्टू?

पहिला प्रा. : आयला वशिल्याचं.

महिपती : कुणाचा वशिला?

दुसरा प्रा. : तट्टू का. और किसका? (पहिल्या प्रा. ला टाळी देतो.)

पहिला प्रा. : पार वरच्या लेव्हलनं येतंय.

महिपती : येऊ द्या की.

तिसरा प्रा. : येऊ द्या? (हसतो मोठ्यांदा.)

महिपती : हसायला काय झालं?

चौथा प्रा. : (हा इंग्रजीचा. अंगातल्या जुनाट सुटावरून हे कळावे.) नथिंग. (हा पण मोठ्यांदा हसतो.) येऊन्द्या ही सेझ. येऊन्द्या. (खांदे उडवतो.)

पहिला प्रा. : गंगू बाजारला जाते. जाऊन्द्या, (चालीवर गुणगुणतो टेक्स्ट पुस्तकाचे ढोलके करून.) हूं!

दुसरा प्रा. : पोरपारणेकर, भाई जरा बचके रहना!

महिपती : त्यात काय बच्-आपलं-सांभाळायचं?

तिसरा प्रा. : नव्हं, तट्टू येतंय, पार वरच्या लेव्हलवरनं.

महिपती : होय ना, मग? पण वरच्या लेव्हलवरनं म्हणजे काय!

चौथा प्रा. : फ्रॉम चेअरमन ऑफ अवर सोसायटी.

दुसरा प्रा. : आप ज्यूनिअरमोष्ट है, पोरपारणेकरजी, भाई भूलना मत!

तिसरा प्रा. : त्यात टेंपरवारी.

पहिला प्रा. : तट्टानं दिला दनका तर थेट जाल आभाळ शोधीत.

तिसरा प्रा. : आधीच कॉलेज आतबट्ट्यामधी चाललंय म्हणून बोंब हाय म्यानेजिग बॉडीत सारखी

चौथा प्रा. : सॅलरी वुई डोण्ट गेट इन टाइम.

पहिला प्रा. : जाल बाराच्या भावात.

चौथा प्रा. : बी केअर फुल आं. आय ॲम गिव्हिंग यू ॲडव्हाइस.

[महिपती एकदम ताठरतो. पुढे येतो प्रेक्षकांना सामोरा.]

महिपती : धोक्याची घंटा. नोकरीवर गदा येण्याचा संभव. पुन्हा बेकारी. जमवत आणलेला डाव विस्कटणार! बॅक टू ईश्वरभाई! आपण हडबडलोच. एकदा वाटलं, बबन्याच्या सरपंच बाचं वजन बबन्याकरवी वापरून पाहावं. पण इतक्यात ते पान उतरणं खरं नव्हतं. मग काय? दुसरं काय? ठरवलं की कोण तट्टू येतं ते एकदा येऊ दे. त्याला रिंगणात येऊ दे आधी, मग पाहू तेच्या मायला तेच्या. आपण पण मेल्या आयचं दूध नाही प्यायलो! (कुस्तीचा दंड थोपटून) हून्जाऊद्या!

[मागले सगळे प्राध्यापक एका आवाजात : 'झाली पायजे..' यानंतर हे प्राध्यापकच 'झाली पायजे' 'हून्जाऊद्या' चा गजर

चालू ठेवतात. एक नाजूक भावलीसारखी मुलगी येऊन रिकाम्या खुर्चीत बसते. एका पुस्तकात डोके खुपसून. डोक्यावरून पदर. कुठेही पाहत नाही. आता प्राध्यापकांचा गजर बंद. एकदम स्तब्धता. सगळे प्राध्यापक फ्रीज झाल्यासारखे. एका प्राध्यापकाने शीळ घालण्यासाठी ओठात खुपसलेली बोटे तशीच. सगळे डोळे विस्फारून पाहात आहेत 'ति'च्याकडे. महिपती आता वळून त्या दिशेने पाहतो.]

महिपती : कोण? हे-हेच ते वशिल्याचं तट्टू? ही तर चक्क-तट्टाणी! (आवंढे गिळतो.) आमच्या नोकरीच्या मुळावर ही बला आली होती! (पहिल्या प्राध्यापकाला हळूच) कोण?

पहिला प्रा. : तेच की हे!

महिपती : (हलकेच) पण म्हणजे कोण?

दुसरा प्रा. : अरे भाई वही-तट्टू!

महिपती : पण कोण?

तिसरा प्रा. : (हलकेच) पुतणी हाय पुतणी!

महिपती : लेकिन किसकी पुतणी?

चौथा प्रा. : चेअरमन्स.

दुसरा प्रा. : नलिनी शिंदे.

[महिपती आपले लॉकर उघडून पुस्तके, पेपरचा गठ्ठा काढतो. एव्हांना बाकीचे प्राध्यापक आपापल्या मूळ जागा घेऊन बसलेले लांबट टेबलाभोवती.]

दुसरा प्रा. : (महिपतीला मोठ्यांदा) पोरपारणेकर! (नलिनी शिंदे दचकून वर बघते. पुन्हा गडबडीने डोईवरचा पदर सावरीत पुस्तकात.) आव भाई, चाय तो लेव.

पहिला प्रा. : या, राव. तुमीच आज द्या झालं च्या.

तिसरा प्रा. : फकस्त च्याच मागतोय आम्ही.

चौथा प्रा. : (तिसऱ्याला डोळा घालून) लकी फेलो, आं?

महिपती : (टेबलाकडे येत नर्व्हस स्वरात) काय झालं?

तिसरा प्रा. : (पहिल्याला) आणखी काय व्हायचं? झालंच म्हना की, काय रातांजणे?

पहिला प्रा. : तर! (पीरियडपूर्वीची घंटा वाजते.) वाजली की—घंटा.

[सगळेजण महिपती आणि नलिनी शिंदेकडे दृष्टीक्षेप टाकीत पुस्तके, खडू वगैरे घेऊन जातात. नलिनी शिंदे आणि महिपती उरतात. नलिनी शिंदे डोईवरच्या पदरात. नजर समोर उघड्या धरलेल्या पुस्तकात. महिपती पुढच्या पीरिअडची पूर्वतयारी करीत असल्याची बतावणी करतो आहे.]

नलिनी : (एकदम, पदराआडून) सर.

महिपती : (दचकून पाहतो) अं?

[ती पुन्हा पुस्तकात. तो भास झाला असावा असे मानून पूर्वतयारीत.]

नलिनी : (घसा खाकरून कशीबशी) नलिनी.

महिपती : (पुन्हा वर पाहात) हो. आहे ना, ते काय माठात–माठात.

नलिनी : न्हवे, नलिनी, मी नलिनी शिंदे. पाणी नाही मागितलं.

महिपती : हो का. मला वाटलं...

नलिनी : आजपासूनच जाइन झाली.

महिपती : अस्सं, छान!

नलिनी : दाजीबा म्हणले तुम्हाला रिपोट करायचं.

महिपती : दाजीबा? कोण दाजीबा?

नलिनी : आपले प्राचार्य न्हवे का. घरी आम्ही दाजिबा म्हणतो त्यान्ला. घरी न्हेमी येतात आमच्या. हा.

महिपती : मग-मला कशाला—रिपोर्ट करायचं?

नलिनी : तुम्ही मराठीचे हेड न्हवे का. मी लेक्चरर म्हणून काम करणार

तुमच्या हाताखाली.

महिपती : माझ्या हाताखाली? (प्रेक्षकांना) ही धोबीपछाड? म्हणजे हिला हळू हळू रुळवून मला नारळ द्यायचा? आणि त्याची तयारी मीच करायची? मीच माझी कबर खणायची? अरे दाज्या, हलकटा! (तिला) हरकत नाही!

[जरा अस्वस्थ स्तब्धता.]

नलिनी : मग? मी काय काम करू?

महिपती : त्याचं असं आहे. मला दाज्या-सॉरी, आपले प्राचार्य या संबंधात काहीच म्हणाले नाहीत. त्यांच्याशी बोलल्याशिवाय मला तरी तुम्हाला काय सांगता येणार? नाही का?

नलिनी : ठीक आहे. मग मी थांबू का जाऊ?

महिपती : मी तरी काय सांगणार?

नलिनी : न्हवे, मी आणिक माझी मैत्रिण सिनिमाला जानार म्हंतो.

महिपती : तुम्हीच ठरवा.

नलिनी : उन्द्या कितीला यायचं?

महिपती : जमेल तेव्हां या.

नलिनी : बरं (तत्परतेने पदर, पर्स आणि मराठी डिटेक्टिव्ह कादंबरी सावरीत उठून निघून जाते.)

महिपती : (ती गेली तिकडे पाहत) ही माझी प्रतिस्पर्धी, अं? अस्तनीतला निखारा. बगलमे छुरी. साला देख लूंगा.

(उठून निघतो. वाटेत प्राचार्य गडबडीने जाताना जवळ जवळ टक्करतात.)

प्राचार्य : (विद्यार्थी आहे असे वाटून) ए, अरे जरा बघून चालावं की नाही? (पाहून) कोण? पोरपारणेकर होय. काय, कसा काय आहे असिस्टंट?

महिपती : कोण असिस्टंट?

प्राचार्य : आज रिपोर्ट नाही का केलं आमच्या नलीनं?

महिपती : नली?

प्राचार्य : लेक्चरर हो. आजच नेमली आहे तिला तुमच्याच डिपार्टमेंटला.

महिपती : (एकदम लक्षात यावं तसा) असं असं. मला वाटलं ती बी.ए. ची कोण स्टुडण्ट.

प्राचार्य : पण मी तिला सांगितलं होतं तुम्हांला सांगावयाला...

महिपती : अशा गोष्टी लेखी देण्याचा पद्धत बरी असते, नाही का? ती गेली सिनेमाला. म्हणाली, मैत्रिणीबरोबर जायचं ठरलंय.

प्राचार्य : सिनेमाचा फार नाद नलूला. पण काम पण करून घेत चला बरं का तिच्याकडनं मधनं मधनं. जरा सांभाळून घ्या, काय? तशी लहानच आहे आमची नली.

महिपती : हो हो... तर.

प्राचार्य : (स्पेशल स्वरात) चेअरमन साहेबांची पुतणी ती.

महिपती : असं का? वा, वा. मग काय? मिनी चेअरमनच. सांभाळून घ्यायलाच हवं.

प्राचार्य : कसं बोललो. जाऊ तर? (जातात.)

महिपती : मी तिला सांभाळून घ्यायचं. आणि योग्य वेळी तुम्ही मग मला सांभाळून इथून घालवायचं, अं? (फेऱ्या घालतो.) माझं पोरांमध्ये पॉप्युलर होणं न आवडणाऱ्या बाकी प्राध्यापकांना ही पर्वणीच! ते टाळ्या पिटणार आनंदभरानं–परस्पर काटा निघालो पोरपारण्याचा. आपण ठरवलं. आपण ठरवलं की, डाव उलटवायचा. दोन मोठी थोरली कपाटं स्टाफ रूमच्या एका बाजूला आणून लावली. मराठी डिपार्टमेंटला एक खोली आधी निर्माण केली.

[कपाटाचे कट आउट्स येऊन खोली तयार होते, तिथे एक टेबलखुर्ची आधीच आहे.]

(स्टाफ रूममधील एक खुर्ची ओढून खोलीत ठेवीत) ही मिनी चेअरमन लेक्चरर कुमारी नलिनी शिंदे यांच्यासाठी खुर्ची.
[या खुर्चीत डोईवरल्या पदरातील नलिनी शिंदे येऊन आधीचीच मराठी डिटेक्टिव्ह कादंबरी उघडी पुढे धरून बसते.]

महिपती : डाव सोपा नव्हता. कधी खेळून पण पाहिला नव्हता. आणि तीच साली मुख्य अडचण होती.
[स्वत: आपल्या खुर्चीत बसतो. मागे स्टाफ रूममध्ये येऊन बसलेल्या प्राध्यापक वर्गात एक प्रचंड हशा.]
काय नलिनी ता–(जीभ चावून) बाई, काय म्हणतात पोरं?

नलिनी : (चमकून) पोरं? कुनाची पोरं?

महिपती : आपली–म्हणजे ही–इथली–कॉलेजातली.

नलिनी : असं असं. काय की.

महिपती : काय की म्हणजे? पीरियड्स घेता ना तुम्ही?

नलिनी : हा. पण पोरांकडे कोण बघतं.

महिपती : कोण बघतं? मग शिकवता कशा?

नलिनी : तशीच. शिकवायला पोरांकडं कशापाई बघावं लागतं ते?

महिपती : मग कुठे बघता?

नलिनी : अशी सरळ नाकासमोर.

महिपती : नाकासमोर? तरी पण अधून मधून तरी नजर कुठे जात असेल की नाही?

नलिनी : नाही बा.

महिपती : काही ऐकायला तर येत असेल?

नलिनी : च्यक्!

महिपती : च्यक्?

नलिनी : काय यायचं?

महिपती : पोरांचं-

नलिनी : कोण ऐकतं.

महिपती : म्हणजे तुम्ही ऐकत पण नाही? हे कसं काय?

नलिनी : तसंच. असा पदर घेतला का झालं. (डोईवरचा पदर चपखल बसवून दाखवते.) घरान्याची पद्धत आहे आमची. आमची आजी तर मरन्याआधी पदर असा डोक्यावरने नीट घेऊन मग मेली. उगीच वाटंल तसं मरायचीसुद्धा रीत नाही आमची.

महिपती : म्हणजे आमच्या घराण्याची-हो, म्हणजे तुमच्याच घराण्याची. तेच!

[स्टाफ रूममध्ये बाचाबाचीसारखा आवाज, नलिनीने पुस्तक पुढे धरलेले आणि पदरात.]

महिपती : या लोकांना तोंड वाजवण्याची फार हौस-प्राध्यापकांना. वास्तविक, ज्ञानाची साधना इथे चालायला हवी, व्यासंग! (जरा वेळ घेऊन) काय वाचताय?

नलिनी : च्यक्, कुठं काय?

महिपती : नाही म्हटलं, पुस्तक कुठलं?

नलिनी : (स्वत:च बघून) उभा दावा.

महिपती : उभा दावा? कशाबद्दल आहे बुवा?

नलिनी : असंल...दाव्याबध्धल.

महिपती : दाव्याबद्दल?

नलिनी : नाही तर आणखी कशाबध्धल.

महिपती : पण तुम्ही वाचताय ना ते?

नलिनी : च्यक्...नाही बा.

महिपती : मग?

नलिनी : असंच. बघण्यासाठी आहे हे.

महिपती : बघण्यासाठी?

नलिनी : हा. चारचौघात कोनाच्या तोंडाकडं बायामानसांनी उगा बघन्याची

रीत नाही ना आमच्या घराण्याची. पुस्तक असलं म्हन्जे त्यामधी बघायचं.

महिपती : अच्छा म्हणजे पुस्तक वाचत नाही, बघता तुम्ही. मग आता त्याची गरज नाही. इथे कुणी नाही. म्हणजे आपण दोघंच... (ठसका लागतो.)

नलिनी : काय झालं?

महिपती : जरा ठसका लागला.
[स्टाफरूममधल्या प्राध्यापक वर्गात टाळ्या.]
पण दोघंच आहोत आपण, पुस्तकाची गरज नाही!

नलिनी : आहे.

महिपती : (जरा नर्व्हस) आहे?

नलिनी : तर?
(नलिनी पुन्हा पुस्तकाआड.)

महिपती : (प्रेक्षकांना) आहे. म्हणजे थोडक्यात माझ्या नियोजित बेतात प्राचार्य, इतर प्राध्यापक, प्यून्स, पोरं, यांबरोबर घराण्याची रीत हाही एक मोठ्ठा अडसर असणार होता. पुढे पुस्तक, दोन बाजूंनी घट्ट पदर. नलिनी-एक दुर्गम घराणेदार किल्ला. आता याचा पाडाव कसा करायचा? आणि त्याशिवाय दुसरा पर्यायसुद्धा नव्हता. नलिनीचा हात नाहीतर बेकारीची तात. एक बिकट समस्या. बबन्याचं स्मरण झालं.
[मोटर-सायकलचा प्रचंड आवाज. महिपती रंगमंचाच्या दुसऱ्या बाजूला येतो.]

बबन्या : (येऊन) रामराम सर.

महिपती : रामराम. काय रं बबन्या, भडव्या, आज इकडं कुठं कालेजात? आन् तेबी अभ्यासाच्या टायमाला? आं?

बबन्या : न्हाई, जराशीक काम निघालं...म्हनलो फिरकावं. थोडी वसुली

बी करायची हुती तीनचार पोरांकडनं. बरं, हातासरशी तेवढी हाजिरी पन लावल्यागत हुईल म्हनलो. म्हून आलो, झालं. काडा की काय इडी, शिग्रट.

महिपती : नाही, फकस्त तमाखू आहे.

बबन्या : खा तुमीच. (गोल्ड फ्लेक काढून लायटरने शिलगावतो.) नवं पाखरू आलंय म्हनं तुमच्या ष्टाफ रुमात आज.

महिपती : (सावध होत) तुला काय ठाऊक?

बबन्या : मला काय ठाऊक म्हंजी? नजरंतच —- म्हना की आपल्या...

महिपती : (जास्त सावध) नजरेतच म्हणजे?

बबन्या : अवं कवाचं आपुन त्यामागं पडल्यालो असतोय.

महिपती : (सावरण्याचा प्रयत्न करीत) त्यामागं?

बबन्या : तर. पार पदर येन्याआदुगरपून.

महिपती : (अद्याप नीटसा सावरलेला नाही.) ते कशासाठी?

बबन्या : कशासाठी काय इचारता राव. तसं काय खास कारण न्हाई, आपला टाइमपास.

महिपती : असं असं, टाइमपास.

बबन्या : म्हंजी त्येवडाच टाइमपास. टाइमपास म्हंजी-आता तुमाला कळंल असं कसं सांगावं?-हा. वेळ जातुय बगा.

महिपती : (प्रेक्षकांना) आला का प्रश्न. माझ्या जीवनमरणाचा प्रश्न तो माझ्या आधारदात्याचा टाइमपास. आधारासाठी हात टेकू म्हणावं तिथे खड्डा.

बबन्या : (डोळा घालून) पाखरू टंच हाय का नाही पन? आं? काय सर?

महिपती : (कसाबसा) हो, आहेच म्हणायचं.

बबन्या : आपुन योक टाइम तरी धरतोय बगा.

महिपती : योक टाइम?

बबन्या : म्हंजी कमसे कम. जादासे जादा किती बी.

महिपती : असं असं. कितीबी. (गोंधळलेला.)

बबन्या : पर अडचान योकच हाय.

महिपती : (प्रेक्षकांना) माझीबी. (बबन्याला) कसली?

बबन्या : काय राव इचारता. तिचा काका.

महिपती : हो. खरंच की. (भला मोठा आवंढा.) काकाच.

बबन्या : म्हंजी, अडचान आदुगरची न्हाई-

महिपती : नंतरची. बरोबर.

बबन्या : म्हंजी, ते न् आमी पाव्हनं हाओत. म्हंजी योकदम अंदरमंदी येतंय बगा ते. आपला बा मंग आपल्याला लाथा घालून भाइरच काडतोय.

महिपती : असं.

बबन्या : आन बा बिगर आपलं काय चालतंय म्हंता का काय? भलतंच. अवं तेच्या सरपंचगिरीवर तर आपल्या गमज्या. असा प्राब्लेम हाय. (मोठा झुरका घेतो.)

महिपती : आलं, आलं लक्षात. (आशेने) मग?

बबन्या : तवा दुसरीबी दोन पाखरं हाइत नजरंत.

महिपती : अच्छा! (प्रेक्षकांना) याला तीन पर्याय. मला एकच. आमचं भवितव्य केवळ एका पाखरावर टांगलेलं. (बबन्याला) मी काय म्हणतो बबन्या-

बबन्या : लौकर म्हना.

महिपती : दे ना सोडून.

बबन्या : सोडून?

महिपती : तिनातलं एक गेलं.

बबन्या : म्हंजी कसं म्हंता?

महिपती : तरी दोन रहातात.

बबन्या : पर का म्हून? तिनाची तीन का नगंत? न्हवं, आपुन इचारतो, चार का नगंत?

महिपती : (अडलेला) हो-तेही खरंच.

बबन्या : सोडून दील त्ये नामर्द. त्ये त्येच्या आयचा ल्योकच न्हवं! त्ये माठाची भाजी. धरनं मर्दाचं काम. सोडतो त्यो....

महिपती : नामर्द. (प्रेक्षकांना) म्हणजे बहुतेक मी. पण नाही. च्यायला आपण पण तसे बिनविरोध नामर्द नाही ठरणार. अचानक डोकं चमकलं. (बबन्याला) बबन्या, छोडो मत.

बबन्या : पटलं का?

महिपती : अब फोकटका टाइम मत गमाव यार, पकड!

बबन्या : (साशंक) पकड?

महिपती : हां. पकड.

बबन्या : (स्फूर्ती मिळाल्याप्रमाणे) पकडू?

महिपती : पकड.

बबन्या : (पुरता इन्स्पायर होऊन) पकडलं! पकडलं समजा, सर. आयला कुठं हाय ती?

[बबन्या या मंत्रमुग्ध स्थितीत एक तुफानी शिट्टी मारून 'ती' शोधत फिरू लागतो आणि आत जातो. कारण ती आता स्टेजवर नाही.]

महिपती : डाव शास्त्रशुद्ध पण धाडसी होता. बबन्याचा ससाणा मागे लागला की पाखरू अल्लद आपल्या हाती येऊन पडणार. आपल्या नाहीतर आणखी कुणाच्या, पण त्याला इलाज नव्हता. धोका पत्करला होता. फासे हातातून सुटले होते.

[हैराण बबन्याच हातघाईला आलेला धावत महिपतीवर येऊन धडकतो.]

महिपती : (आश्चर्याने) कोण, बबन्या? तू? काय झालं रं भडव्या?

बबन्या : (हैराण) वाट लागली.

महिपती : ती कशी? बानं लाथा घालून बाहेर काढलं होय?

बबन्या : न्हवं.

महिपती : मग?

बबन्या : त्ये पाखरू-आमच्या पाव्हन्यांची पुतणी वं-नलू-

महिपती : हो, मग? तिचं काय? तिनं लाथा घातल्या?

बबन्या : बा उतरला पायजेल तिचा, लाथा घालाय, या बबन्या पवाराला.

महिपती : मग? झालं तरी काय?

बबन्या : काय व्हनार? मी गाठली बघा तिला लव्हाराच्या आळीच्या तशा त्या अंगाला. म्हंजी मी असा या अंगाला-आनिक लव्हाराची आळी राह्यली तशी त्या अंगाला. कोण न्हवतं. आसपास. पार सक्काळधरनं वाट पकडून बसलो हुतो बघा.

महिपती : आणि?

बबन्या : आनिक काय? धरला हात.

महिपती : (धडधडत्या हृदयाने) धरलास? आणि मग?

बबन्या : अवं मंग काय?

महिपती : काय झालं?

बबन्या : झेंडू फुटला राव! (महिपतीला धरतो.)

महिपती : (संशयाने) तो कशानं?

बबन्या : (थरथर कापत) असाच.

महिपती : असाच?

बबन्या : व्हय.

महिपती : अरे पण असाच कसा झेंडू फुटेल?

बबन्या : आता काय खोटं बोलतु का काय? (अजून महिपतीला धरून थरथरतो आहे.) अद्याप छातीत लकलकतंय बगा. (महिपतीचा हात छातीवर बळे धरीत) बगा.

महिपती : तिनं काही केलं तर नाही?

बबन्या : आपुन करू दिऊ व्हय? सोडा राव.

महिपती : आणि आपोआप झेंडू फुटला? असाच?

बबन्या : (धाप घालत) असाच. जरा दमा. काय इचारू नगा इकत्यात.

महिपती : (प्रेक्षकांना) हे विलक्षणच होतं. अपूर्व होतं. (बबन्याला) पण बबन्या भड्-

बबन्या : (हाताने जरा गप्प रहा म्हणून खुणवून धाप घालतो. मग उठून) आता इचारा. न्हाई तर उचारूच नगा. काय हाय इचारन्याजोगतं? हाय काय?

महिपती : दम. पुन्हा झेंडू फुटेल. दीर्घ श्वास घे.

बबन्या : घेतला.

महिपती : आता नीट आठवून सांग. तिचा हातच तू हातात घेतलास? म्हणजे-तिचाच हात तू हातात घेतलास? किंवा सुरुवातीला तू नक्की काय केलंस?

बबन्या : हात हातात घेतला, ह्ये काय, याच हातात.

महिपती : तिचाच हात?

बबन्या : व्हय, तिचाच हात.

महिपती : (त्याचा हात धरून) असा?

बबन्या : (हात सोडवून महिपतीचा हात धरीत) असा!

महिपती : जरा हळू. मग काय झालं?

बबन्या : बा आठवला.

महिपती : बा? दॅट्स इट. यू रिमेंबर्ड युअर बा-मीन्स फादर. दॅट इज सरपंच. आणि तुला झेंडू फुटला.

बबन्या : ह्ये बराबर.

महिपती : बाच्या लाथांच्या कल्पनेने?

बबन्या : शाप चूक! त्या ल्हानपणापासून खात आलाय ह्यो गडी.

लाथांचं काय न्हाई, पर घराभाइर काल्डं तर काय? म्हंजी बाच्या सरपंचगिरीवर आपली सम्दीकडे वट का न्हाई?

महिपती : अस्सं!

बबन्या : आयला नगं तवा हेच आठवलं बगा.

महिपती : छान झालं.

बबन्या : काय म्हनला? (जरा डेंजरस.)

महिपती : छान नाही झालं म्हणलो.

बबन्या : असं कायद्यानं बोलायचं. अध्याप बानं घराभाईर काढल्यालं न्हाई आपल्याला.

महिपती : मान्य! मग आता पुढे?

बबन्या : काय फुडं न् मागं राव. जिवाला भारी लागलं हाय न् काय आपल्या. छाती फाडून दाखवली का, तर आतमंदी ही यवढी जखम दिसंल. यवढी तरी नक्कीच! आज अन्पानी ग्वाड लागनार न्हाई आपल्याला. इ्वापबी न्हाई येणार. काय जगनं का काय ह्ये? जरा तसे तिकडं व्हा. सरका न्हवं. आता ऐक्का- (एकदम पोज घेऊन) तुझसे इतनाबी न हो सका गालिब! हाय साले ऐसे जीनेसे भाडमें क्यों नहीं जाते?

महिपती : वाह् वाह्!-म्हणजे झालं ते फार वाईट झालं. पण मी म्हणतो, तू फिरून यत्न करून का बघत नाहीस?

बबन्या : छ्या:.

महिपती : का पण?

बबन्या : जाऊ द्या वं. आपलं रामबान काम. पैल्या झूटला जमलं का, तर जमलं. न्हाई तर ग्येलं गाढवाच्या शेंडीत. ह्ये पाखरू आपुन सोल्डं!

महिपती : सोल्डं?

बबन्या : सोल्डं. ज्याला पायजे त्येनं घ्यावं, आपुन हात धुतले.

महिपती : (प्रेक्षकांना) घडतंय हे आपल्या फायद्याचं की तोट्याचं ते ध्यानात येत नव्हतं. (बबन्याला) बरोबर आहे. शिर सलामत तो पगडी पचास, बबन्या.

बबन्या : सर, सरका तसं-(पोज घेऊन) हम आस्मानसे टकराए, तूफानसे चले आये, समुंदरको भी एक लांघ मे पार किया! लेकिन, हाय गालिब! एक लडकीने हमारी मार डाली। (पावती घेत) ये अंदरका दिल बोलता है! जातू.. (पाय ओढीत जातो हिंदी सिनेमातल्या नामोहरम हिरोसारखा.)

[बबन्याच्या मोटारसायकलचा प्रचंड आवाज. तो दूर जातो. मागे डोईवरल्या पदरासकट नलिनी शिंदे येऊन तिच्या ठरल्या खुर्चीत बसते. पुढे तीच मराठी डिटेक्टिव्ह कादंबरी उघडी धरलेली.]

महिपती : गालिब-नाही, बबन्या गेला. आता मैदान आपल्यासाठीच मोकळं होतं. पण मुळात लढाई कशी सुरू करायची हा यक्षप्रश्न शिल्लकच होता. किल्ला कडेकोट होता.

[तिच्यासमोर जाऊन बसू लागताच नलिनी शिंदे एकदम हातची उघडी कादंबरी खाली टाकून उठून त्याच्या गळ्यात पडून ढसाढसा रडू लागते.]

(प्रेक्षकांना) अर्रर्र! गालिब! कुठे गेला गालिब? (तिला) नलिनी-नलिन्-बाई-रडू नका नलिनीबाई-काय झालं? अं? कुणी पाहील नलिनीबाई-तशा तिकडे बसून रडा बरं-नली-नलिनीबाई -उगी बरं– उगी आता नलिन्-नलू-नले-नली-काय झ्यालं माज्या बालाला...अं? (थोपटतो आहे एकाग्रतेने)

[आणि एकदम नलिनी शिंदे तिथून पुन्हा खुर्चीत बसून पुढे उघडी कादंबरी धरते आणि डोईवरच्या पदरात लपते. महिपती आश्चर्याने पाहतो आहे.]

महिपती : (सावरत घसा खाकरून) कसं काय-(आवाज पिचतो.) म्हणजे बरं वाटतं का आता?

नलिनी : (पुस्तकातच पाहत) हा विषय हितंच बास झाला.

महिपती : (प्रेक्षकांना) अरेच्च्या?

नलिनी : (पुस्तकातच पाहत) सर, जे झालं ते झालं नाही असं आपुन समजू या.

महिपती : (प्रेक्षकांना) कमाल आहे.

नलिनी : (पुस्तकातच पाहत) क्रिपा करून याबध्धल कोनाकडे बोलू नका. उनं अधिक काय घडलं असंल तर त्याबध्धल क्षमा करा. (रडल्यानंतर नाक 'सूं' करून ओढतात तसे ओढते.)

महिपती : क्षमा कसली त्यात करायची? उलट मला त्यामुळे-नाही, तुम्हाला माझ्यामुळे बरं वाटलं असेल तर त्यात मला आनंदच आहे. (प्रेक्षकांना) एक तरुण पोरगी छातीवर डोकं टेकून रडते यात वाईट काय वाटायचं?

नलिनी : (पुस्तकातच पाहत) मला बरं वाटलं.

महिपती : काय म्हणालीस? नव्हे, म्हणालात? एवढं तरी जरा इकडे पाहून पुन्हा म्हणा की.

नलिनी : (डोईवरच्या पदराने जरा दोन्ही डोळे टिपून) तशी आमच्या घरान्याची पद्धत नाही.

महिपती : पद्धत नाही तर मग राहू दे. पण इतका त्रास होण्यासारखं काय घडलं ते तरी आम्हाला सांगाल की नाही? (प्रेक्षकांना) का ती पण पद्धत नाही?

नलिनी : (पुस्तकातच पाहत) कसं सांगावं तेच कळत नाही.

महिपती : सांगा म्हणजे जमेल. हं, सांगा.

नलिनी : ऐका-(गडबडीने पदराचा बोळा तोंडात कोंबून उमाळा दाबते, पुन्हा बोळा काढून उघड्या पुस्तकातच पाहत) सर, आमच्या

घरान्याच्या लौकिकाला-माझ्या हातून बट्टा लागला–(पुन्हा आवेग आणि बोळा. परत बोळा काढून उघड्या पुस्तकात पाहत) घरान्याचं नाव मी घालीवलं. घरान्यात कोनी केलं नसलं ते माझ्या हातून झालं. (कंठ भरून आलेला.)

महिपती : (हाही गद्गद.) काय बरं ते? काही मदत करण्यासारखी असेल तर मी ती करू शकेन. चुका होतात माणसाच्या हातून– आपण दुरुस्त करू–

नलिनी : (पुस्तकात नजर) पण सर, ही चूक दुरुस्त होन्यासारखी नाही!

महिपती : नाही? फार पुढे गेलंय का प्रकरण?

नलिनी : (पुस्तकात टक) माझा हा डावा हात मला कापून टाकावासा वाटतोय बघा, सर.

महिपती : (शंकेने) तो का बुवा?

नलिनी : हाच हात त्याणे धरला.

महिपती : (शंकेने) तो का बुवा?

नलिनी : हाच हात त्याणे धरला.

महिपती : त्याणे? कुणी? बबन्या पवारने?

नलिनी : सर–(बांध फुटून पुन्हा रडते. या खेपेस सरळ पुस्तकातच पाहत. लगेच कोरडी होते. नजर पुस्तकात.)

महिपती : म्हणजे बबन्याने हात धरला म्हणून रडतेस तू? हात् तुझी! अग वेडी का खुळी नलू तू? बबन्याच इथे येऊन तुझ्या आधी रडून गेला. तुझा हात धरल्याचा पुरता पश्चात्ताप झालाय त्याला, शप्पथ!

नलिनी : (पुस्तकात पाहत) पण सर, घरान्याच्या लौकिकाचं काय?

महिपती : (जवळ सरकून) हे बघ नलू, कुणी तरी कुणाचा नुसता हात पकडल्यानं जाण्याइतका घराण्याचा लौकिक क्षुद्र नसतो काही. आणि तसा तो असेल ना, तर तो गेलेलाच बरा. शोक आवर,

नलू.

नलिनी : (पुस्तकातच पाहत) हो. आवरला. तुम्ही किती सऱ्हदय आहा सर. आणि समजावता पन कसं पट्किनी.

महिपती : असते एखाद्याला हातोटी. आणि आता ते 'उभा दावा' पुस्तक जरा बाजूला ठेव बघू. नाहीतर मीच त्या पुस्तकाशी उभा दावा मांडीन. हं?

[नलिनी चक्क पदरात हसू लागते. महिपती थरारून हे पाहत राहतो अनिमिषपणे म्हणतात तसे. आणि दुधात मिठाचा खडा पडावा तसे दोन प्राध्यापक स्टाफ रूममध्ये घोड्यासारखे हसत येऊन टपकतात.

पुन्हा नलिनी 'उभा दावा' पुस्तकात आणि महिपती दुसऱ्या एका ग्रंथात.]

महिपती : (ग्रंथ ठेवून प्रेक्षकांपुढे येत) अशा प्रकारे किल्ला, सर करण्याआधीच आयता हाती पडला. शस्त्र चालवण्याआधीच लढाई संपली आणि आपला जय झाला. चक्क जय! जय ईश्वरभाई! जय बबन्या!

[आता इतर प्रा. येऊन महिपतीसमोर रांग लावतात. आधी टपकलेले दोन यांना जॉइन होतात.]

पहिला प्रा. : काय पोरपारणेकर, अलीकडं कुठं दिसत न्हाइती?

महिपती : असतो की इथेच; कॉलेजात.

दुसरा प्रा. : अजि आपका दर्शन दुर्लभ हो गया जी!

महिपती : ते का? होतं की.

तिसरा प्रा. : बरं हाय न्हवं?

महिपती : मला काय झालंय?

तिसरा प्रा. : न्हवं, असल्यालं बरं.

महिपती : उत्तम आहे!

चौथा प्रा. : फरगेट अस नॉट, मिष्टर पोरपारणेकर.
महिपती : हो, हो.
पहिला प्रा. : तट्टू काय म्हनतंय?
महिपती : तट्टू? हां हां, तट्टू. चांगलं आहे की. चांगलं काम करतात त्या.
तिसरा प्रा. : त्या?
महिपती : हो. शिंदेबाई.
दुसरा प्रा. : बाई? गजब हो गया जी!
महिपती : बाईच की! मग काय बुवा?
पहिला प्रा. : चांगलं करत्यात ना काम? मंग बेश! फार काम पडू देत जाऊ नगा त्यान्ला–
महिपती : नाहीच!
तिसरा प्रा. : तसे समजदार हायती बरं का आपले पोरपारणेकर.
चौथा प्रा. : ही हॅज ह्युम्यॅनिझम!
पहिला प्रा. : (महिपतीला) तुमी बी जिवाला जपून ऱ्हा.
तिसरा प्रा. : जात मायनारिटीमधील हाय तुमची.
महिपती : हो, हो. जपूनच असतो.
दुसरा प्रा. : अगर कुछ मदद लगेगी तो हमें बताना भय्या-
महिपती : अवश्य, अवश्य बता-आपलं-(आवंढे).
पहिला प्रा. : निघू तर मंग?
महिपती : हो. निघा.
तिसरा प्रा. : निघतो.
महिपती : हो.
चौथा प्रा. : पार्टिंग इज सच स्वीट सॉरो पोरपार...
महिपती : नाही, काही मानू नका. चालायचंच. जन-रीत आहे. [सगळे प्राध्यापक तिथेच.]
चौथा प्रा. : स्पीक, पुंडरीक वरदा–

इतर : हारि विठ्ठल.

दुसरा प्रा. : पोरपारणेकर महाराज की–

इतर : जय हो.

[महिपती खुळ्यासारखा हे पाहत आहे. सगळे प्राध्यापक आत निघून जातात.]

महिपती : थोड्या वेळाने लक्षात आलं. लेकाच्यांनी माझा पुंडरीक वरदा करण्याचा घाट घातला होता तर! जात मायनॉरिटीमधली आहे माझी. म्हणजे संस्थेच्या मॅनेजिंग बॉडीत माझ्या जातीचं कुणी नाही. सगळे उच्च कुळीचे. आता घाईच करायला हवी होती. डाव खेळायला वाटलं त्याहून फार कमी अवकाश होता. गनिमाची कागाळी शाही सिंहासनासमोर रजिस्टर होण्याआत मला मोर्चे बांधून घेणं आता जरूर होतं. जय बजरंग! (मागच्या खुर्चीत बसून पुस्तकात आणि पदरात असलेल्या नलिनीकडे जातो.)

महिपती : नलू–

नलिनी : (पुस्तक बाजूला टाकून एकदम उठत) प्रभू!

महिपती : (दूर होत) हां, असा उतावळेपणा बरा नाही.

नलिनी : पण मला तुझ्यावाचून आता ऱ्हाववत नाही रे, प्रभू.

महिपती : मला पण तुझ्यावाचून. पण रात्र वैऱ्याची आहे.

नलिनी : अय्या, रात्र कुठे आहे? दिवस तर आहे.

महिपती : ठीक आहे! दिवस वैऱ्याचा आहे. आपले हितशत्रू चहूबाजूला दबा धरून बसले आहेत, नलू–

[नव्याने उजळलेल्या प्रकाशात एकीकडे दबा धरून बसलेले प्राध्यापक दिसतात. टॅब्लो. एकमेकांवर धडपडत ते हे बघण्याचा प्रयत्न करताहेत. प्रकाश जातो.]

नलिनी : मग रे? आता काय करायचं? मी तर आता आधिर झाली

आहे–

महिपती : धीर धरवत नसतो तेव्हांच तो धरण्यात धीरोदात्त प्रेमाची पहिली कसोटी असते, नलू.

नलिनी : काय सुंदर बोललास रे!

महिपती : हां, पदर डोक्यावर, नजर समोर उभ्या दाव्यात आणि चेहरा गंभीर. (स्वत: पेपर तपासत असल्यासारखा बसतो.)

नलिनी : पण मला तर तुझ्याकडे माझं अंत:करन मोकळं करावंसं वाटतं. तुला माझ्या पवित्र प्रेमानं न्हाऊ घालावंसं वाटतं-

महिपती : तूर्त ते लेखी कर, पत्र लिही पत्र

नलिनी : पत्र?

महिपती : हां, नजर पुस्तकात. पत्रच.

नलिनी : पन तू असा सारखा समोर असताना–

महिपती : त्याला इलाज नाही.

नलिनी : ए कित्ती मजा यील नाही रे पत्र लिवायला पन?

महिपती : होय तर. येईल. पण चेहरा गंभीर ठेवायचा मिस शिंदे.

नलिनी : असं किती दीस रे?

महिपती : थोडे दीस. मिस शिंदे, लिहून झालं का?

नलिनी : नाही रे–(जीभ चावून) नाही सर, आत्ता लिवते.
[लिहू लागते. मध्येच चक्क जीभ नाकाला लावून लिहिते. आता लिहिण्यात रंगते. मध्येच महिपतीकडे चोरून बघते. पुन्हा लिहिते. स्टाफ रूममध्ये प्राध्यापक येऊन इकडे लक्ष ठेवून पण कामाची बतावणी करीत बसलेले.]

तिसरा प्रा. : (मध्येच उठून महिपतीच्या आडोशात घुसत) पोरपारणेकर, त्या तुमच्या ह्याच्या नोट्स जरा पायजेल व्हत्या-(नलिनीकडे नीट पाहत आणि एकूण काय चालले आहे याचा अंदाज घेत) याच्या म्हंजी त्या वं-काय ते-शितास्वयंवर–

महिपती : का? कुठल्या सीतेच्या स्वयंवराचा बेत काढलाय घोडनवरे सर? [आपणच मोठ्यांदा हसून टाळी मागतो. तिसरा प्रा. ती नाइलाजाने देतो. महिपती त्याला एक वही देतो.]

तिसरा प्रा. : सारी हां, डिष्टर्ब केलं तुम्हांला–

महिपती : केव्हांही करीत चला. ॲट युवर सर्व्हिस! काय मिस शिंदे, झालं का? किती वेळ लावता तुम्ही, अं? कोण लेक्चरर करतं तुम्हाला काय की बुवा!

[तिसरा प्रा. पुन्हा त्याच्या मूळ जागेकडे येतो चडफडत. नलिनी लिहिलेले पत्र महिपतीला देते आणि लाजून डोईवरच्या पदरात पुन्हा ताठ बसून समोर धरलेल्या उघड्या पुस्तकात नजर लावते.]

महिपती : (प्रेक्षकांना) पत्र काय असेल ते तुम्हांला सांगायला नकोच. (पत्र वाचत एकीकडे थ्रिल होत आणि पुन्हा मुद्रा प्राध्यापकी ठेवीत) किती चुका शुद्धलेखनाच्या, अं? न आणि ण मधला साधा फरक कळत नाही? आणि तुम्ही पोरांना शिकवणार!

नलिनी : (पुस्तकात पाहत) नको ना रे असं बोलूस. ऱ्हदयाला घरं घरं पडतात.

महिपती : (पत्र नोट्सप्रमाणे तपासल्यासारखे करीत) ऱ्हदय नाही, हृदय. घरं पडतात, अस्सं. (हे बोलताना हळूच तिचा हात दाबतो.) छान, छान. सुरेख. पडू देत घरं. सराव ठेवत चला म्हणजे घरं कमी होतील. आपलं-घरं नव्हे, चुका.

[पत्र घडी करून नीट खिशात ठेवून देतो. बाहेर पीरियडची घंटा वाजते. नलिनी आता शिस्तीने उठून निघते. एकदा त्याच्याकडे जीवघेणे पाहते आणि संयम करीत जाते.]

महिपती : (प्रेक्षकांपुढे येत) बघता बघता चौदा पत्रं झाली. सगळी एकाच मजकुराची. त्याच त्या किरट्या बायकी अक्षरातली. खोडाखोडीने

आणि अशुद्धांनी भरलेली. एका निर्मळ, अल्लड मनाने लिहिलेली. सगळी व्यवस्थित एकत्र जपून ठेवीत होतो- पुरावा म्हणून, वेळप्रसंग आला तर उपयोग करण्यासाठी. एकदा लढाईला उभं ठाकल्यावर हे योग्य आणि ते अयोग्य म्हणण्यात अर्थ नव्हता. प्रेमात आणि लढाईत सर्व काही क्षम्य असतं आणि इथे दोन्ही एकत्र होती.

[नलिनी लेडीज छत्रीआड लपत प्रेक्षकांसमोर महिपती आहे तिथे येते.]

नलिनी : (इकडे तिकडे पाहत) प्रभू-

महिपती : (नाकासमोर पाहात) काय नलू.

नलिनी : पत्र लिहिन्याचा कट्टाळा आला, बघ. किती दीस पत्रंच ल्याहायची?

महिपती : (इतस्तत: वेध घेत) दीस नव्हे, दिवस.

नलिनी : बरं दिवस. पण तरी तेच ना. भारी लांब असतात बघ दिस. दिवस. आत धीर निघं ना.

महिपती : (इकडे तिकडे पाहत) निघत नाही.

नलिनी : मी काय म्हनती अनिक तू माझ्या शुद्धलेखणाच्या चुका काढतोस प्रभू?

महिपती : (नाकासमोर पाहत) ते आपलं उगीच सवयीने. मुद्दा लक्षात आलाय माझ्या.

नलिनी : मग?

महिपती : मग काय? माझ्या घरचा प्रश्नच नाही. कारण मला घरच नाही! तू तुझ्या घरी विषय काढ.

नलिनी : मला भ्या वाटती.

महिपती : पण मग त्याशिवाय पुढे काय होणार?

नलिनी : ते खरं. पन...

महिपती : आणि त्यात भिण्यासारखं तरी काय आहे, मी म्हणतो. (जाणाऱ्या

कुणाला तरी भिऊन पाठ करतो. पुन्हा पुढा करतो तो पुढे गेला असे बघून.) आपलं एकमेकांवर खरं प्रेम आहे ना?

नलिनी : हा.

महिपती : एकमेकांशिवाय आपण जगू शकणार नाही ना?

नलिनी : नाही रे प्रभू.

महिपती : मग झालं तर. निर्भय मनाने तू तुझ्या काकांना विचार.

नलिनी : पर तरी भ्या वाटती बघ. प्रभू–

महिपती : बोल नलू. पण जरा दम. कोण तरी येतंय वाटतं. (पाहून) कुणी नाही. बोल.

नलिनी : तू का नाही इचारत?

महिपती : कुणाला-तुझ्या काकांना? (आवंढा.) त्याचं काय आहे की ते रीतीला धरून असणार नाही, नलू. पुन्हा तेवढ्यानेच बिनसलं तर उगीच–

नलिनी : तूच इचार.

महिपती : नको, तूच विचारणं योग्य होईल–

नलिनी : नको, तूच इचार–

[हे चालू असता एकीकडे टॅब्लो: सर्व प्राध्यापक आणि प्राचार्य. प्राध्यापक प्राचार्यांना महिपतीबद्दल आणि नलिनीबद्दल सांगताहेत आणि प्राचार्य शंकेच्या, रागाच्या, अविश्वासाच्या, निश्चयाच्या माना हालवताहेत. शेवटी प्राध्यापकांनी प्राचार्यांना पुरेशी हवा भरलेली. सगळे मिळून उठून जातात.]

महिपती : ठीक आहे. मी यावर एकदा विचार करतो नलू. जाऊ आता मी?

नलिनी : एकदा नीट बघ तरी रे माझ्याकडे. (गदगदते.)

महिपती : हो ना. भेटू, कॉलेजात.

[नलू गेलेली दुसऱ्या दिशेने. महिपती एका दिशेने. मागे नलूचे

काका-सोसायटीचे अध्यक्ष-येऊन बसतात आणि बरोबर आणलेल्या बंदुकीची साफसफाई करतात.
प्राचार्य दुसरीकडून येतात. दोघांच्या संभाषणाचे मूक-नाट्य.
प्राचार्य लाचारीने खासगीत काही सांगतात.
नलूचे काका बघता बघता ताठ होऊन अखेर चक्क बंदूक रोखतात काल्पनिक महिपतीवर.
प्राचार्य त्यांना शांत करण्याचा प्रयत्न करतात.
मागे हे चालू असता पुढे-]

नलिनी : (एकीकडून येऊन, दुसरीकडून आलेल्या महिपतीला) काय, करू या?

महिपती : काय करू या?

नलिनी : तू इचार ना–

महिपती : नको, तूच विचार–
[जागच्या जागी दोघे पूर्ण वर्तुळ फिरून पुन्हा]

नलिनी : मला भ्या वाटती बघ–

महिपती : यात भिण्यासारखं आहे काय तेच मला कळत नाही. फार फार तर काय करतील? नाही, करून करून करतील काय?

नलिनी : तसं नव्हं रे–

महिपती : बरं, मी यावर आणखी थोडा विचार करतो–
[इथे मागे प्राचार्य निघून गेलेले.
नलूचे अध्यक्ष काका बंदूक घेऊन फेऱ्या मारताहेत.
नलू आणि महिपती दोन बाजूना तोंडे वळवून दोन दोन पावले जाऊन पुन्हा तोंडे वळवून समोरासमोर.]

नलिनी : मग काय ठरला तुझा इचार, प्रभू?

महिपती : इचार नव्हे, विचार.

नलिनी : असून्दे. काय तरी ठरवायला हवं बघ लौकर.

महिपती : ठरवायलाच हवं एकदा.

नलिनी : मला आताशीक नीट झोप सुदीक लागत नाही. लई काळजी वाटती.

महिपती : कसली?

नलिनी : काकान्ला कळलं तर काय होईल?

महिपती : (जरा दचकून सावरत) हं:! नाहीतरी कळवणारच आहोत आपण एक दिवस.

नलिनी : छातीत-कसं तरीच व्हायला लागतं बघ.

महिपती : अशा वेळी माझी आठवण करावी, वेडे.

नलिनी : करती रे. पन तरी...

महिपती : मी आहे ना? मग झालं तर.
[मागे नलूच्या बंदूकधारी काकांचा निश्चय ठरलेला.]
आकाश पाताळ जरी एक झालं तरी मी तुला अंतर देणार नाही!

नलिनी : (महिपतीच्या खांद्यावर मस्तक विसावून) प्रभू-

महिपती : (थोपटत) नलू–
[नलूचे चेअरमन काका बंदुकीशिवाय आता विंगमधून या ठिकाणी येऊन पोचलेले.]

चेअरमन : (नुसतेच गडगडल्यासारखे घसा खाकरतात.)
[नलू आणि महिपती दोघेही पार हडबडलेली. कशीबशी सरळ उभी राहातात.]
(मिशीवर ताव देत) काय मास्तर, काय चाललं व्हतं?

महिपती : अं? चाललं–काही नाही-हे–म्हणजे आपलं-चर्चा...(आवाज हरवतो.)

चेअरमन : चर्चा?

महिपती : हो–कुठ् कुठ्–कुठकुठला पोर्शन वर्गात अद्याप पुरा व्हायचाय–

वगैरे. ने-नेहमीचंच...

चेअरमन : न्हेमीचंच व्हय?

महिपती : हो. म्हणजे–ते पाहावंच लागतं ना-हं.

चेअरमन : मंग झाली का–चर्चा?

महिपती : (क्षीण स्वरात) चालू-चालली होती.

चेअरमन : बेश हाय. कामं रितीसारखी व्हायलाच हवीत.

महिपती : हो ना.

चेअरमन : आमची पुतनी कशी करते?

महिपती : काय?

चेअरमन : तेच वं–डिस–काय ते–चर्चा–

महिपती : छान. उत्तम. (आवंढे) प्रथम जरा नव्या होत्या-हं–

चेअरमन : नवी व्हती व्हय?

महिपती : हां. अनुभव नव्हता, अनुभव...

चेअरमन : आसं आसं.

महिपती : आता मिळाला.

चेअरमन : मिळाला का? अनुभवानं शानपन येत आसतं मान्साला.

महिपती : तेच.

चेअरमन : आन दीड शेनीबी बनत असत्यात कोन.

महिपती : ते म्हणजे–तसं अवलंबूनच राहाणार, किती झालं तरी...

चेअरमन : मग आमची नली शेनी झाली का दीड शेनी, मास्तर?

महिपती : अर्थात् शहाणीच.

चेअरमन : नक्की सांगता?

महिपती : हो...हो म्हणजे–मुळात पुतणी कुणाची?

चेअरमनः : आमचीच म्हना की.

महिपती : तेच!

चेअरमन : पर त्ये–डिस्–काय त्ये–चर्चा–त्ये असं आडजागी जमून कशापाय

करावं लागतं, मास्तर? न्हवं म्हंजी आमी अडानी मान्सं नव्हं!

महिपती : ते–म्हणजे–काय आहे त्याचं की–कॉलेजच्या वेळात पुरं होत नाही. तसं झालं म्हणजे–

चेअरमन : असं दोघं दोघं जमून करत्यात व्हय?

महिपती : तसंच साधारण. दोघ–कधी तिघं–तिघंसुद्धा. तिसरा नसला तर दोघं. हूं.

चेअरमन : आमी गावरान-त्ये कालेजबिलेज काय न करताच सोसायटीचं चेरमण झालो. आमाला काय समजतंय यात.

महिपती : (रीत म्हणून) असं कसं.

चेअरमन : तसंच की. समजत असतं तर असं इचारत कशापाय बसलो असतो? काय? शिध्धं काय त्ये उमागलो असतो–हाय का न्हाई? (महिपती गप्प.) सांगा की मास्तर.

[महिपती होकारार्थी आणि नकारार्थी या दरम्यानची मान हलवतो. तो आता जास्त जास्त नर्व्हस.]

चेअरमन : म्हंजी आमी तुमच्या दुधामंदी मिठाचा खडा टाकला म्हना की. काय?

महिपती : हो–छे छे. तसं–तसं काहीच नाही–

चेअरमन : आवं नाही कसं? तुमच्या ऐन चर्चेत आलो का आमी? काय ग नले? (नलू पार गळाठलेली. घामाघूम.)

महिपती : (घसा खाकरून) त्याचं काही नाही. चर्चा-तशी साधीच होती–

चेअरमन : साधी आसंल न्हाई तर पेशल आसंल. पर म्हत्वाचं काम करत व्हता तुमी–व्हता का न्हाई?

महिपती : महत्त्वाचं म्हणजे–

चेअरमन : तर तुमी सुरू करा.

महिपती : अं?

चेअरमन : म्होरं चालू करा.

महिपती : (बावळटासारखा) काय?

चेअरमन : आवं काय काय इचारता मास्तर? त्ये काय करत व्हता न्हवं का तुमी-त्येच म्होरं चालू करा.

[महिपती पार गडबडलेला.]

काय ग नले? उभी काय तू, आ? तू तरी चालू कर की.

[नलू आवंढे गिळत केविलवाणी.]

काय म्हंतोय आमी? तुमची ती चर्चा चालून्द्या फुडं-आमी बी वाईच ऐकतो. त्येवडंच आडानीपन कमती झालं तर! हा, करा चालू.

महिपती : (धीर एकवटून, घसा खाकरून) तर नलिनीबाई, तो यांचा पोर–(आवाज फाटतो.) पोर्शन-फर्स्ट इयरचा–लौकर पुरा व्हायला हवा.

[नलिनी मूकस्तंभ उभी. तिचे काका पाहत उभे.]

(पुन्हा प्रयत्नपूर्वक) कवितेचा पोर्शन–म्हणजे मागं राहिलाय तेवढा-घेतला...पाहिजे.

[नलिनी काय म्हणणार? महिपतीही आवाज हरवल्यासारखा.]

चेअरमन : (जरा वाट पाहून) झालं का?

[महिपती होकारार्थी मुंडी हलवतो.]

हीच व्हय चर्चा? अशी करत्यात तर! का अजून काय बाकी हाय?

महिपती : (कसाबसा) नाही. म्हणजे–जवळ जवळ–संपलीच होती म्हणायची.

चेअरमन : संपली व्हती! आस्सं. बरं तर मंग–चाल ग ए नले, घरला चाल आता. चर्चा संपली न्हवं का? बरंय तर मास्तर, निगतो आमी.

महिपती : (कसेबसे हात जोडून) बरं. निघा...

चेअरमन : तुमची चर्चा बगून आमाला बी करावी वाटू लागली हाय बगा. भेटू आमी तुम्हाला. चर्चा करू चर्चा वाईच. काय? रामराम.

[नलीला दंडाला धरून तिचे चेअरमन काका घेऊन जातात. महिपती एकटा आणि केविलवाणा.]

महिपती : चेअरमनसाहेब-म्हणजे नलूचा काका-येऊन पोचला तेव्हांच मनात पाल चुकचुकली होती. नलूसकट तो गेला तेव्हां वाटलं आता नलू दिसत नाही. नलू दुसऱ्या दिवशी कॉलेजला आली. [नलू येते. तिच्या खुर्चीत जाऊन बसते. महिपती आश्चर्याने आणि आनंदाने स्तिमित होऊन तिला पाहत असता पाठोपाठ एक झांटिपी–नलूची आत्या, अक्का-येऊन पोचते आणि नलूपलीकडेच बसते.]

महिपती : (टेबलाअलीकडच्या खुर्चीत बसून नापसंतीने न्याहाळत) आपण...

अक्का : (मान वेळावून भरदार पुरुषी स्वरात) आपन काय आपन? बायमानसाकडे कसा बघतोय! काय हाय का नाय...

महिपती : (जरा नर्व्हस पण तरी न बघता) इथे काही काम आहे आपलं?

अक्का : तर! कामाशिवाय कोन कशाला येतंय? (मान वेळावून नलूला) खुळंच दिसतंय.

महिपती : काय काम आहे?

अक्का : माझी भाची हाय ही. हिच्यासंगट आलोय म्या.

महिपती : (लक्षात येत पण न आवडून) हो का!

अक्का : हा. आता रोजी येणार हाय म्या तिच्यासंगट.

महिपती : (नकळत) कशाला?

अक्का : तुला बघून घ्यायला. (नलू तिला गप्प करू जाते.) मंग? काय भ्या हाय का काय माला कोनाच्या बाची. म्हनं कशाला! ह्यो कोन इच्चारनार म्हंती म्या. (नलू तिला मर्यादशीलपणे आवरत आहे.) मला आसं इच्चारल्यालं खपत न्हाई, सांगती म्या... [स्टाफ रूममध्ये प्रोफेसर्स एकत्र जमून इकडचे ऐकण्यासाठी कान टवकारून उभे.]

महिपती : (प्रेक्षकांना) म्हणजे ही नलूला पाठराखीण–नलूच्या काकानं नेमलेली...पहाऱ्यावर. यानंतर नलू अशी पहाऱ्यात राहणार होती तर! चेअरमन काकानं असा दावा साधला होता! नलूच्या या पहाऱ्याचं-किंवा खरं तर पहारीचं नाव-अक्का. ही चेअरमनसाहेबांची भगिनी. अनेक वर्षांमागं नवऱ्याला टाकलेली. नवऱ्यानं टाकलेली नव्हे, नवऱ्याला टाकलेली. तसं हिच्याविषयी ऐकून होतोच.

[आता सर्व प्राध्यापक एकामागून एक आत घुसतात.]

चौथा प्रा. : (मजेने) काय पोरपारणेकर. हाउ ईज लाइफ? आ?

पहिला प्रा. : तुमच्या डिपार्टमेंटला ष्टाफ वाढवला म्हने?

तिसरा प्रा. : (आनंदभराने) च्या द्या बोवा!

अक्का : (खवळत) ए, ही काय च्या प्यायची जागा हाय काय?

[सगळे प्राध्यापक दचकलेले.]

हितं काय गडबड लावली? च्या बी काय न्हाई. चला जावा तिकडं.

[सर्व प्राध्यापक कोकरासारखे बाहेर, स्टाफ रूममध्ये.]

(नलू गप्प करू बघते आहे तिला.) न्हाई पण काय शिस्तबिस्त हाय का न्हाई भाड्यान्ला? चांगली शिकली सवरल्याली म्हनिवत्यात आनिक...

[आता नलू आणि महिपती यांच्या एकमेकांशी अक्कानकळत दळणवळण साधण्याच्या मूक प्रयत्नांची झलक.

अक्का ते जमू देत नाही. नलू महिपतीकडे सरकवत असलेली चिठ्ठीदेखील जप्त करून अक्का ती फाडून टाकते.]

महिपती : नलूला घराच्या बंदीत टाकण्याऐवजी काकानं हा नजर-बंदीचा उपाय काढला होता एकूण! नलूवर सेन्सॉरशिप! आदर्श सेन्सॉरप्रमाणे ही अक्काबाईदेखील कायम जागी, जागरूक

आणि आगाऊ.

[नलू आणि महिपती यांची कुचंबणा जाणवावी.]

नलूबरोबरच ही जाणार आणि नलूबरोबर परत येणार. नलू वर्गावर गेली की तेवढ्यापुरती ही मात्र माझ्यापुढे कायम!

[नलू पुस्तक, खडू घेऊन जाते.]

(अक्काकडे पाहत प्रेक्षकांना) आधी फितुरीची शक्यता निकालात काढायचं ठरवलं. (अक्काला) काय अक्काबाई. चहा वगैरे घेणार?

[अक्काचा नुसता एक थंडा कटाक्ष.]

हवं तर थंड काही-

[पुन्हा तीच थंड प्रतिक्रिया.]

(खिशातून काढून.) घ्या, सुपारी-

[पुन्हा तशीच थंडी प्रतिक्रिया. महिपती सुपारी टेबलावर ठेवून तमाखूची डबी काढून ती हातावर घेऊ लागतो.]

अक्का : कनची तमाखू हाय?

महिपती : दहा नंबर...का?

[अक्का उठून त्याच्या हातातली डबी घेऊन जरा वास घेते. मग थोडी तमाखू काढून घेऊन डबी परत टेबलावर ठेवते. तमाखू हातावर मळून फक्कन तोंडात भरते. परत पूर्ववत् बसलेली. महिपती हे स्तिमितपणे पाहतो आहे.]

अक्का : काय बघऽतो? आ? काय बघऽतो तू? काय शिणिमा हाय का काय हितं?

[महिपती नाइलाजाने नजर काढून घेतो. घंटा होते. नलू पुस्तक, खडूसकट परत येऊन तिच्या जागी बसते.]

महिपती : (प्रयत्नपूर्वक) नलू, कमाल आहे हां यांची-

अक्का : (त्याला मध्येच तोडीत) तिला काय सांगऽतो? मला सांग काय ते.

[महिपती हैराण.]

महिपती : (प्रेक्षकांना) दिवसेंदिवस हा सासुरवास कठीण होऊ लागला. कुठेही ही बैदा नलूबरोबर कायम! स्टाफरूममध्ये रोज नव्या वावड्या होत्याच; त्यानुसार माझ्यासाठी एक नारळ तयार झाला होता; आता फक्त तो कधी द्यायचा एवढाच प्रश्न होता. एकूण काय व्हायचं ते आता ठरल्यासारखंच होतं. बॅक टु ईश्वरभाई! पण मग म्हणालो, आता कशाला गप्प राहायचं? हरायचंच तर सालं आणखी दोन हात करून का नाही हरायचं? हर हर महादेव! एक दिवशी ठरवलं... (पोझिशन घेऊन) अक्काबाई, तुम्ही जरा प्लीज थोडा वेळ बाहेर जाता का?

[अक्का अविश्वासाने नुसतीच पाहाते.]

तुम्हांलाच म्हणतो आहे मी.

अक्का : ते का म्हून?

महिपती : का म्हून वगैरे काही नाही. माझा हुकूम.

अक्का : तुझा हुकूम?

महिपती : हां, माझा हुकूम. ऑर्डर.

अक्का : तू कोन आड्डर करनार माला?

महिपती : इथे हेड ऑफ द डिपार्टमेंट मी आहे ना.

अक्का : कोन?

महिपती : इथला साहेब मी आहे.

अक्का : माझा भाव चेरमण हाय हितला!

महिपती : माझा मामा गव्हर्नर आहे-राज्यपाल.

अक्का : त्येचा हितं काय संबंध?

महिपती : मग तुमच्या भावाचा इथं काय संबंध?

अक्का : ह्ये सगळं त्यो बघतोय.

महिपती : असेल. हे इथलं आहे ना-डिपार्टमेंट-ते मी बघतो. इथला

चेअरमन मी आहे. आय ऑर्डर यू टु गो आउट फॉर सम टाइम!

अक्का : (बहुधा इंग्रजीचा परिणाम होऊन किंचित्कालाने उठत) चल ग... (हे नलूला.)

महिपती : हां. त्यांना इथेच असू दे.

अक्का : आनिक?

महिपती : तुम्ही बाहेर जा, एकट्या.

अक्का : (कमरेवर दोन्ही हात ठेवून) काय करनार हाईस?

महिपती : डिपार्टमेंटचं काम.

अक्का : (बसत) मंग माझ्या सामने कर की!

महिपती : ते खासगी आहे!

अक्का : चालंल.

महिपती : ठीक आहे. तुम्ही बसा इथे. नलू-नलिनीबाई, आपण बाहेर जाऊ–

अक्का : (उठत) मी येनार.

महिपती : (ड्रॉवरमधून एक मोठा चाकू काढत) तुम्ही नाही येणार. (चाकू सट्‌कन उघडतो.)

अक्का : (जरा चिंतेने) काय करऽतो तू?

महिपती : (उघडा चाकू हातात धरून अक्काकडे येत) बाहेर जाणार की नाही तुम्ही?

अक्का : जाती. (दारापर्यंत जाते.)

महिपती : (वळून पेन्सिल घेऊन चाकूने पेन्सिलीला थंडपणे टोक करू लागत) थँक यू.

[अक्का बाहेर गेलेली. नलू तात्काळ उठून महिपतीच्या गळ्यात.]

महिपती : नलू-नले-नला-अगं अगं-थांब, चाकू ठेवतो. (प्रेक्षकांना) त्या वेळी या मिनिट दोन मिनिटांत जे काही घडलं ते सगळंच

सांगता येत नाही, पण जे काही झालं, ते एक सोडून दोन प्यूननी पाहिलं, आणि वर अक्काबाईंनीही, त्यांच्या पद्धतीने, काही सत्य, काही कल्पना असं मिळवून त्यांच्या चेअरमन भावापर्यंत पोचवलं. हे सर्व अर्थात् अपेक्षित होतं.

[नलू पाठ न वळवता मागे जात आत निघून गेलेली.]

नलूला हाऊस ॲरेस्ट. घराबाहेर पडण्याची तिला आता बंदी झाली. तिला दमदाटी आणि मारहाणही होण्याची शक्यता आता होती. आता तिचा काका तडाख्याने निर्णय घेत सुटणार होता. आणि म्हणून मलाही माझे निर्णय युद्धपातळीवर घ्यायला हवे होते. माझ्या संग्रहीच्या नलूच्या चौदा प्रेमपत्रांना आता फार महत्त्व होतं. ती माझ्याकडून पळवण्याचे प्रयत्नही शक्य होते आणि म्हणून कायम ती पुराव्याची पत्रं आता मी माझ्या हृदयाशी जपू लागलो–म्हणजेच अंडरवेअरआत बाळगू लागलो. आणि बबन्याला गाठलं.

[बबन्या झुकत झुकत येऊन उभा. किंचित् प्यायलेला.]

बबन्या, भडव्या...

बबन्या : (अस्तन्या वर करीत) कोन? (पाहून वैफल्यग्रस्त होत) तुमी व्हय. काय?

महिपती : आजपर्यंत तुला कधी कसली गळ मी घातली नाही. घातली का सांग?

बबन्या : असंल.

महिपती : असंल नव्हे, घातली का सांग?

बबन्या : नसंल बी. हितं कोन बोंबलायला हिसाब ठेवतंय त्याचा.

महिपती : माझ्याकरता अमुक कर असं मी म्हणालो असं आठवतं का तुला? एकदा तरी म्हणाल्याचं आठवतं?

बबन्या : आयला तुमी बी परीक्षेलाच बशिवताय आमाला.

महिपती : म्हणालो असलो तर आठवून सांग.

बबन्या : खरं सांगायचं का? मंग त्याला टाइम लागंल.

महिपती : म्हणालोच नाही तर आठवून तरी तू काय सांगणार बबन्या?

बबन्या : पर तुमीच इचारताय की. काय राव, घेतली हाय वाटतं!

महिपती : मी? नाही. पण बबन्या, तुझ्यासारख्या बिझी माणसाला माझ्यासाठी त्रास देणं माझ्या अगदी जिवावर येतं.

बबन्या : हितं कोन म्हनतंय द्या म्हून?

महिपती : एरवीच्या परिस्थितीत मी दिलाही नसता.

बबन्या : असं का.

महिपती : पण काय करणार, देणं भाग आहे. परिस्थितीच तशी आहे. एका अपवादात्मक अशा अडचणीत मी आहे. काय करावं समजेनासं झालंय. म्हणजे दिशा हरवाव्या म्हणतात ना, तसं झालंय.

बबन्या : बोंबला.

महिपती : काय झालं?

बबन्या : आपल्याला बी तसंच झालंय. ज्यादा झाली.

महिपती : तुझं ठीक आहे रे. तुझी उतरेल. पण माझा प्रॉब्लेम त्यापैकी नाही.

बबन्या : गांज्याच्या खाटल्यावर गेला व्हता का? दारू निभं ना न् गांज्या वढाय लागला का सर? चांगली एज्युकेट मान्सं तुमी–

महिपती : त्यापैकी नाहीच ते. इतकं वरवरचं नाही, हे फार 'हे' आहे- कॉम्प्लिकेटेड-गुंतागुंतीचं. तुला नलू माहिती आहे ना-नलू, चेअरमनची पुतणी रे-

बबन्या : तिचं तुमचं लफडं हाय. ऐकलं आपुन... (हात जोडतो.) आता चांगली एज्युकेट मान्सं तुमी-प्रोफेसर-आन् हे शोभतं का तुमाला? आ? आमच्यावाणी लफडं करनं शोभतं काय? छी: छी: छी:..

महिपती : (जरा नर्व्हस होत) तो मुद्दा नाही.

बबन्या : न्हाई कसा, हायच!

महिपती : म्हणजे असला तरी पण इथे तो या वेळी नाही-

बबन्या : हायच! म्हंजी चांगली बगा एज्युकेट मान्सं तुमी-

महिपती : (जरा वैतागून) बबन्या, हा एज्युकेशनचा सवाल नाही. शेवटी काही गोष्टी सर्व माणसांना सारख्याच असतात.

बबन्या : पर एज्युकेट मा-

महिपती : (बबन्याचे तोंड धरीत) ऐकून घे माझं. मध्ये मध्ये बोलू नकोस! (तोंड सोडून) हा माझ्या जगण्यामरण्याचा सवाल आहे. माझी नोकरी जाण्याची वेळ झाली आहे. नलूला घरी कोंडून ठेवण्यात आली आहे. तिच्याशी कशाही प्रकारे माझं लौकर लग्न झालं तरच आता संकट टळू शकणार आहे! म्हणजे लक्षात येतंय का तुझ्या? नलूशी एकदा माझं लग्न झालं की चेअरमन पेचात येणार-नलीचा काका. घराण्याच्या इभ्रतीचा सवाल मग तो. मग मला नोकरीवरून कसं काढणार? कारण मी त्याचा जावई. मग झक मारत मला ठेवावा लागणार. इतकंच नव्हे तर कदाचित् प्राचार्यसुद्धा नेमतील! आपला जावई साधा प्रोफेसर म्हणजे ते सुद्धा घराण्याला न साजणारंच की नाही? कमीत कमी तो प्राचार्य तरी हवाच. शिवाय सोसायटीचा लाईफ मेंबर. तो तर हवाच. (कल्पनेनेच मोहोरला आहे. बबन्या दिसत नाही.) बब... बबन्या... भडव्या, कुठे गेलास? बबन्या–

बबन्या : (परत येत) हाय मी. चालून्द्या पुरान.

महिपती : तर ही रामबाण तोड आहे बघ. नलीशी लग्न! काय वाटेल ते करून चेअरमनच्या घराण्याशी शरीरसंबंध. तोसुद्धा तात्काळ!

बबन्या : काय म्हनला?

महिपती : तात्काळ, म्हणजे तुरन्त!

बबन्या : ठीक हाय. ठरलं.

महिपती : काय ठरलं.

बबन्या : हून्जाऊन्द्या.

महिपती : काय पण?

बबन्या : तेच-संबंध ऊर्फ म्यारेज.

महिपती : कसं होणार? तुझ्या सहकार्याशिवाय काय होणार?

बबन्या : म्हंजी काय म्हनला?

महिपती : तुझ्या मदतीशिवाय हे जमणार नाही म्हणालो.

बबन्या : असं का. काय हरकत न्हाई.

महिपती : कशाला हरकत नाही?

बबन्या : दिलं!

महिपती : दिलं?

बबन्या : व्हय. दे-लं!

महिपती : तर मग एक कर.

बबन्या : के-लं.

महिपती : मस्करी नव्हे, खरं.

बबन्या : (मगनट पकडीत) आपुन कंदी मस्करी केली?

महिपती : तसा नव्हे त्याचा अर्थ-

बबन्या : आपुन कंदी मस्करी केली का सांऽगा...

महिपती : ते तसं नव्हेच रे...

बबन्या : पन आपुन कंदी मस्करी केली का सांगा? आदुगर जबाब पायजेल. मस्करी-केली-का? होय म्हननाराचं मुस्काट न्हाय व्हाणार जाग्यावर!

महिपती : नाही.

बबन्या : आता चालून्द्या म्होरं. (मनगट सोडतो.)

महिपती : एका गोष्टीत तू मला मदत केली पाहिजेस.

बबन्या : शरीरसंबंध?

महिपती : राइट!

बबन्या : कोनाशी? कोनाशी करायचा?

महिपती : अंहं, तू नव्हे, मी-मी करायचा-म्हणजे मला करायचा आहे. शब्द बरा नाही तो-लग्न-लग्न करायचं आहे-नलूशी-म्हणजे नलिनीशी-मला-

बबन्या : (मोठा सुस्कारा टाकून) करा!

महिपती : त्यासाठी तिला पळवायची.

बबन्या : (पुन्हा गडद चेहऱ्याने) काय म्हनला?

महिपती : नलिनी आहे ना, तिला पळवायची.

बबन्या : (थरथरू लागतो.) धरा मला. (महिपतीने धरल्यावर) आता दुसरं काय बोला-

महिपती : दुसरं काय?

बबन्या : बा हाकून काढील घराभाईर. आमचं पाव्हनं नव्हं का ते! वा राव.

महिपती : (क्षणभर पंक्चर. पुन्हा) पण तू विसरतोस, बबन्या. हे आपण करणार हे तुझ्याकरता नाही, माझ्याकरता-

बबन्या : असं म्हंता?

महिपती : हां-आणि पुन्हा-कुणाला काही कळणार नाही-या कानाचं त्या कानाला-

बबन्या : शरीरसंबंध केल्यावर?

महिपती : श्-ते फार पुढचं रे. आधी लग्न, वैदिक वगैरे पद्धतीचं. की चेअरमनच्या आशीर्वादासाठी जोडप्यानं हजर. एकदा लग्न झालं म्हटल्यावर तो काय करतो? शी इज अ मेजर, आपली नलू.

बबन्या : आपली?

महिपती : तेच-म्हणजे माझी.

बबन्या : मंग तसं म्हना. आपुन हात धुतले.

महिपती : हो ना. म्हटलं. मग? करणार ना एवढी मदत? पळवणार ना? नलूला? तुझ्याशिवाय या कामात मदत करणारं दुसरं कोण आहे? कोण असू शकतं?

बबन्या : (डोके खाजवीत) बा घराभाईर काढंल.

महिपती : मी वाटलं तर तुझ्या बाला सांगतो.

बबन्या : त्यो लाफाच चढवंल राव-तुमच्या.

महिपती : मग नाही सांगत वाटलं तर. पण एवढी मदत तू मला करच बबन्या! सहकार्यासाठी मी भरवशानं पुढं केलेला हात तू झिडकारणार नाहीस अशी मला खात्री आहे. तुझ्या गुरूसाठी तू इतकं करणार नाहीस भडव्या? गुरुर्देवो भव असं आपल्या भारतीय संस्कृतीत म्हटलं आहे. गुरूची इच्छापूर्ती हे महत्पुण्य मानलं गेलं आहे. ही गुरुदक्षिणा समजून तू मला घाल. (हृदयस्पर्शी स्वर आणि चेहरा.)

बबन्या : (थोडा वेळ घेऊन) नगं. बा घराभाईर काढंल. (धारातीर्थावर बसकण घेतलेल्या अर्जुनाची अवस्था.)

महिपती : (एकदम श्रीकृष्णाचे अवसान घेऊन) बा, बा! काय सारखा बाच्या नावानं ठणाणा करतोस, पावणेआठ! काय बा फक्त तुला आहे आणि आणखी कुणाला नाही? आणि तुझा बा म्हणजे असा कोण दारासिंग आहे की त्याला तू इतकं टरकावंस? सरपंच आहे-असेल. प्रत्येक गावात कुणाचा तरी बा सरपंच असतो. घराबाहेर काढेल. मग? काढलं घराबाहेर तर काय असं आभाळ फाटणार आहे, गांडू? काय होईल होऊन होऊन? बाच्या सरपंचगिरीवर गमज्या मारणं बंद होईल. मग? तुझा किंवा कुणाचा बा काय आमरण सरपंच राहणार आहे? तो

सरपंच राहिला नाही की फाटणारच की नाही तुझी? त्यापेक्षा आजच बाच्या सरपंचगिरीवर लाथ हाणून स्वत:च्या तंगड्यांवर उभा राहिलास तर काय बिघडणार आहे? लागतील काही दिवस कष्ट करावे. मोफतच्या चैनी बंद होतील. पण साल्या, स्वाभिमानाने तर जगशील? स्वधर्मे निधनं श्रेय: परधर्मो भयावह:– बापाच्या जिवावर जगण्यापेक्षा स्वत:च्या हिमतीवर जगणं हा मर्दाचा धर्म आहे, असं गीतेत भगवानानं सांगितलं आहे ते काय बोंबलायला उगीच? (अचानक आठवण होऊन) आपला शिवाजी-गो-ब्राह्मणप्रतिपालक क्षत्रियकुलावतंस छत्रपती शिवाजी महाराज-

बबन्या : (तेवढ्यापुरता आवाज चढवून) की जय! (मुजरा करतो.)

महिपती : असं नुसतं म्हणून काय होणाराय? छत्रपती काय बाच्या जिवावर जगले?

[बबन्या प्रभावित होऊ लागलेला.]

त्यांचा बा काय फालतू शिलेदार नाही तर प्राध्यापक होता? तो होता सरदार, आदिलशाहीच्या गादीचा. पण छत्रपती म्हणाले नाही-

बबन्या : न्हाई-

महिपती : बाच्या जिवावर जगणार नाही-

बबन्या : जगणार न्हाई-

महिपती : छत्रपती म्हणाले, नाही-

बबन्या : न्हाई-

महिपती : गुलामगिरीची भाकर खाणार नाही-

बबन्या : खानार न्हाई-

महिपती : छत्रपती बाहेर पडले आणि त्यांनी स्वराज्य स्थापलं-

बबन्या : व्हय-बोला म्होरं तुमी-

महिपती : बाच्या सरदारकीचा लोभ त्यांनी धरला असता-
बबन्या : तर ते आमच्यावानी झाले असते.
महिपती : राइट यू आर! पण नाही-
बबन्या : न्हाई–
महिपती : किती झालं तरी ते छत्रपती होते-
बबन्या : आणिक आमी नालायक हाओत-
महिपती : हो-पण म्हणून काय झालं? प्रत्येकाला काही छत्रपती होता येत नाही-
बबन्या : न्हाई-
महिपती : तरीसुद्धा बाच्या जिवावर जगत राहणं-
बबन्या : वंगाळ.
महिपती : करेक्ट!
बबन्या : सोल्डं.
महिपती : काय सोल्डं?
बबन्या : बोलनं सोल्डं. आपुन करनार-
महिपती : काय? काय करणार?
बबन्या : शरीरसंबंध!
महिपती : नव्हे–तू मला मदत करणार. नलूला पळवणार.
बबन्या : करेक्ट! नलूला–(जरा डच्मळून पुन्हा सावरत) आयला पळवणार. नव्हं, म्हंजी नलूलाच पळवणार. तिच्या आईला नव्हं.
महिपती : (गहिवरून) बबन्या, बबन्या, यू आर ग्रेट!
बबन्या : (काळजीने) पन तेवढं बाला कळू दिऊ नगा बघा.
महिपती : ते माझ्याकडे लागलं. तू पळव आणि माझ्या हवाली करून तसाच वापस जा. पुढचं मी बघून घेतो. अरे, नलू सुद्धा आपलीच आहे. म्हणजे तेच-माझी! ती थोडंच तुझं नाव तुझ्या बाला सांगेल? ते सर्व मी बघून घेतो.

बबन्या : घ्या!

महिपती : आता पळवण्याचा प्लॅन. (खाजगी स्वरात) पहाटेची वेळ उत्तम. तेवढ्याच वेळी नलू एकटी घराबाहेर पडते. ममद्याची प्रायव्हेट टॅक्सी तयार ठेवायची. पहाटेच्या अंधारात नलूला उचलून छू:–

बबन्या : ते आपल्याकडं लागलं.

महिपती : मध्ये थांबायचं नाही. बेत आगाऊ ठाऊक नसल्याने ती दंगा करील पण लक्ष द्यायचं नाही. एकदम पंढरपूर. तिथं माझ्यासकट सगळी तयारी आधीपासून असेल. नली पोचली की सरळ वाजवा रे वाजवा–

बबन्या : सावधाण!

महिपती : (दचकत) काय झालं?

बबन्या : कुठं काय? वाजवा रे वाजवा फुडं सावधाणच की. काय राव आम्हांला ठावं न्हाई व्हय?

महिपती : शाबास. हुशार आहेस.

बबन्या : तुम्ही बी.

महिपती : त्यापुढचं मी बघून घेतो.

बबन्या : ठरलं. पर बाला तेवढं कळून्दिऊ नगा हां! फुकाट घराभाईर व्हावं लागंल आम्हांला. आयला, तुमचा शरीरसंबंध अनिक आमची पन्वती हुईल.

महिपती : ती जिम्मेदारी माझी.

[दोघे शेकहँड करतात. महिपती हातावर हलकी फुंकर घालतो. मागे प्रकाश पहाटेचा म्हणजे धूसर होतो. नलिनी एकीकडे येऊन बसलेली, हाऊस अॅरेस्टखाली असल्याप्रमाणे.

सगळे प्राध्यापक मागे दुसरीकडे रांगेने उभे राहून विरहिणीचे एक स्त्रीगीत किंवा काही ओव्या, घुमण्याच्या (हूंहूंऽहूंहूं...)

स्वरासकट म्हणतात. मग ते आत जातात.
बबन्या येऊन बसतो आणि एक फिल्मी गाणे म्हणत उचक्या देतो.
आता प्रकाश मंदावतो. बबन्याचे गाणे बंद.
नलिनी धीरे धीरे आत जाऊ लागते.
बबन्याच्या धूसर नजरेला ती दिसते. तो हे पाहत तयार होतो आणि एकदम तिला पकडतो. तिचे तोंड दाबतो. ती त्याच्या टाळक्यात हाणते. परंतू न डगमगता बबन्या तिच्यावर घोंगडे टाकतो आणि घोंगड्यासकट तिला उचलून आत धावत जातो टूरिंग टॅक्सी फडफडत सुटल्याचा आवाज.
आता दुसरीकडून स्टेजवर महिपती लग्नाच्या तयारीसकट येतो. म्हणजे दोन भटजी, अंतरपाट वगैरे.
हे सर्व सज्ज होते आणि प्रकाश वाढतो.
सर्व वाट पाहात आहेत.
मागे प्राध्यापकांचे आधीचेच पथक येऊन अनुरूप स्त्रीगीत म्हणते. पथक आत जाते.
बबन्या खांद्यावर घोंगड्यातली आकृती घेऊन धापा टाकीत येऊन पोचतो.]

बबन्या : (महिपतीपुढे खांद्यावरचे प्रकरण टाकून) मायला, घ्या गुर्दक्षना तुमची. (बसकण घेऊन) तुमचा आमचा हिसाब आता चुकता झाला. (डोके गोंजारतो आहे.)

महिपती : (गहिवरत) बबन-बबन्या-बबनराव! बबनदेव! शाबास, शाबास!

बबन्या : मेला बबनदेव. आयला, तांब्याच घातला टकुऱ्यात. पार सूर्याची पिल्लं दिसली राव. तसा टॅक्षीत घालून आलू. बरं, वजन तरी काय थोडं का काय?

[महिपती घोंगडे बाजूला करतो आणि समोर ॲमॅझॉन अक्का

उभी. तोंडात बोळा, हातपाय बांधलेले. तावातावाने बोलण्याचा प्रयत्न करते आहे.]

महिपती : (भयभीत होत) कोण! (घेरी येऊन पडत) अक्का!

बबन्या : (नवलाने पाहत उभा राहत) आयला-! (डोके धरतो.)

महिपती : (भटजींनी वहाण हुंगवल्यावर शुद्धीवर येऊन बसता होत) पाणी. (भटजींनी पाणी पाजल्यावर) दुसरं पाणी.

भटजी : यजमान, मुहूर्त भरत आला. लग्नाला चलावं.

महिपती : लग्न? (पुन्हा घेरी येऊन पडतो. भटजी सावरतात.) गड आला आणि सिंह गेला!

भटजी : बाईसाहेबांना बोहल्यावर उभं करू?

महिपती : बो-बोंबला. (बबन्याला) बबन्या, भडव्या घात केलास!

[बबन्या डोके धरून बसलेला, अक्का तोंडातल्या बोळ्यासकट जेरबंद अवस्थेत रागारागाने बोलण्याच्या प्रयत्न करते आहे. हेचि फल काय मम तपाला! याचसाठी केला होता अट्टाहास?

भटजी : यजमान, उत्तम मुहूर्त आहे. असा मुहूर्त पुन्हा तेरा साल मिळणार नाही!

महिपती : चूप! (बबन्याला) यासाठी तुझ्यावर विश्वास टाकला नालायक? डोळे फुटले होते काय तुझे? तिला ठेवलंस आणि हिला आणलंस? हिला?...

बबन्या : (बिनशर्त) आयला आपलं चुकलं, सर. घ्या जोडा न् हाना आपल्याला, बास. आपुन फुडं काय बोलतच न्हाई. (गयावया करीत) पर त्येवढं आमच्या बाला कळू दिऊ नगा.

महिपती : आधी (आवंढे) याचं काय करायचं? (अक्काकडे निर्देश.)

भटजी : यजमान, मुहूर्त–

महिपती : एकदम चूप! (बबन्याला) लग्नाच्या सगळ्या जमवलेल्या बेताचा बट्ट्याबोळ आणि वर हे संकट! हिचा भाऊ आणि आपला

चेअरमन-ठणाणा करीत असेल तिकडे. पोलिसात तक्रार नोंदवेल. हिला-हिला पळवल्याबद्दल अटक! हिला!!

बबन्या : (पडेल स्वरात खालमानेने) आता चुकलं म्हनलो तर.

महिपती : अरे चुकलं काय चुकलं गाढवा? साली प्राध्यापकी गेलीच. वर पो-पोलीस चौकी. प्रा. पोरपारणेकर चेअरमनच्या हिला, या विधवा अक्काला पळवल्याबद्दल अटेकत? वाट, वाट लागली. (नकळत अक्कावरच ओरडतो) चोप!

[यासरशी अक्काच्या तोंडातला बोळा स्फोट व्हावा तसा उडून खाली पडतो तो बबन्या गडबडीने पुन्हा तिच्या तोंडात कोंबतो. हे तो करताना अक्का त्याचा हात चावते. बबन्या कळवळलेला. अक्कावर संतापून हात उगारतो.]

महिपती : हात आवर आचरटा! आणखी एक कलम लागेल शारीरिक इजेचं. मग तुरुंग नक्की!

बबन्या : (महिपतीचे पाय पकडून) सर, वाचवा! आपली धडगत न्हाई. बाला कळनार! घरातून भाईर काढलं, सर–

महिपती : काढू दे. तुला तसंच पाह्यजे.

बबन्या : (हृदयद्रावक स्वरात) मंग माझं कसं हुईल, सर?

महिपती : (एकदम बदल.) प्रयत्न सोडून चालणार नाही. बबन्या, लढाई पुरती लढली पाहिजे, आता अर्ध्यावर पळ काढून निभणार नाही. करेंगे या मरेंगे. बस्स! बचेंगे तो और भी लढेंगे! वंदे मातरम्! भारत माताकी जय! ईश्वरभाईकी जय हो!

[एकीकडे प्राध्यापकांचे पथक येऊन एका जोरदार स्फूर्तिगीताचे कडवे जोरदारपणे गाऊन आत जाते.]

महिपती : (सुदर्शनचक्र धरल्यासारखा एक हात वर. मुद्रा धीरगंभीर) बबन, ऊठ, उत्तिष्ठत!

बबन्या : पन माझ्या बाला–

महिपती : तुझ्या बाच्या बैलाला ढो. आधी ऊठ. (बबन्या उठतो कसाबसा.) जा.

बबन्या : जाऊ?

महिपती : म्हणजे परत जा.

बबन्या : परत जाऊ?

महिपती : घेऊन जा.

बबन्या : काय घेऊन जायचं?

महिपती : आणलंस ते.

बबन्या : आन्–(अक्काकडे पाहून हबकत) मेलो!

महिपती : आणलंस ते. जसंच्या तसं ते जिथून आणलंस तिथं नेऊन ठेव.

बबन्या : आनिक?

महिपती : मर.

बबन्या : काय म्हनला?

महिपती : किंवा नको मरूस. काय हवं ते कर. पण आधी हे पार्सल मूळ जागी परत गेलंच पायजेलाय.

बबन्या : वाट लागली.

महिपती : लौकर.

बबन्या : काय लौकर?

महिपती : आटप. वेळ गमावून चालणार नाही.

बबन्या : पर वापस गेल्यावर ही बोंबलंल न्हवं? समदं सांगंल तेच्या... 'भो'ला. म्हंजी तुमचा न् आमचा बी सुपडा साफ.

महिपती : तो आता अटळ आहे!

बबन्या : पर आमचा बा–

महिपती : अटळ आहे. दुसरा मार्ग नाही.

बबन्या : मी म्हंतू असं का करू नाही? जीभ का छाटू नाही? म्हंजी

फुल न्हवं, हाफ–

महिपती : कुणाची? तुझी?

बबन्या : वा राव, हिची.

महिपती : गाढव आहेस.

बबन्या : (डोके खाजवून) तुमी तरी हिच्यासंगं का न्हाई करत म्हंतो मी–

महिपती : काय?

बबन्या : संबंध.

महिपती : हिच्या संगं? बबन्या, बबन्या, शरीर म्हणजे काय दगडी कोळसा आहे, समोर येईल त्या वाफेच्या इंजनात ढकलायला? शरीर म्हणजे फार भारी गोष्ट आहे. शिवाय मुळातच पुतणीचं माझ्याशी जमू द्यायला तो चेअरमन तयार नाही, तो काय बहिणीशी मी लग्न केलं तर खपवून घेणार? शक्य नाही. नोकरी नक्की जाणार!

बबन्या : मग आता?

महिपती : दुसरा इलाज नाही. आणलेला माल परत!

बबन्या : (स्वत:चे खांदे चेपत) वजन भारी हाय.

महिपती : हलकं वजन टाकून हे भारी वजन आणायला तुला सांगितलं होतं कुणी, हमाला? सांग!

बबन्या : गलती झाली खरी.

महिपती : मग भोग त्याची फळं. चल, आटप.

बबन्या : तुमीबी भारी भेटला बगा आमाला. तुमच्यापाय ह्ये समदं क्येलं–

महिपती : पण चुकीचं.

बबन्या : तेबी खरंच! चला बबनराव वापस. (अक्काला उचलून खांद्यावर टाकीत) 'बा' बी आता घरामंदी ठेवत नाई, आपुन सांगतोय.

महिपती : जगी ज्यास कोणी नाही, त्यासि देव आहे, बबन्या. तो सरपंचांचा

सरपंच-देव-तुझं रक्षण करो!

[बबन्या कपाळावर हात मारून अक्काच्या ओझ्यासकट जातो.]

गेला-बबन्या गेला-अक्कासकट अदृश्य झाला. आता एक भला थोरला गोंधळ अपेक्षितच होता. चेअरमनसाहेबांच्या घरी तो एव्हांना सुरू सुद्धा असला पाहिजे. नलू त्यात सामील असेल. अक्काबाईचं काय झालं? त्यात अक्का मुक्कामी पोचताच एका महान गुपिताचा स्फोट करणार होती-तिला मी आणि बबन्यानं पळवलं! मी! यावर नलूचा काका तर आकांडतांडव नाचणार होताच, पण नलूसुद्धा नक्कीच बिथरणार होती! मी आणि अक्काचं हरण करतो? बबन्याला त्याच्या थोर गफलतीबद्दल घालाव्या तेवढ्या शिव्या थोड्याच होत्या. पण त्या तरी देऊन आता काय उपयोग? पुढे काय? ते महत्त्वाचं होतं. लढाईची एक फेरी हरलो तरी अजून तसा पराजय झाला नव्हता. लढेंगे तो और भी मरेंगे-अद्याप चौदा पत्रं बाकी होती. (अंडरवेअर चाचपतो.) त्यांवर नलीच्या घरंदाज चेअरमन काकाला ब्लॅकमेल करणं अगदीच अशक्य नव्हतं. ठीक आहे! तेही करू पण आयुष्यात कष्ट करून मिळवलेली प्राध्यापकी अशी सहजासहजी सोडणार नाही. (अंडरवेअरमधून ऐवजाप्रमाणे पत्रे काढून मोठ्यांदा मोजतो. पुन्हा अंडरवेअरमध्ये ठेवून देतो. तंग बसलेला. दोनचारदा काडी पेटवून सिग्रेट शिलगावतो.)

[प्राचार्य येतात. खाकरतात.]

(दचकून) कोण? (हौशी व्हिलनची पोज घेत) आपण? आज इकडेशी वाट वाकडी केली? (झुरका घेतो, त्याचा ठसका. प्राचार्य त्याच्या छातीवर हात फिरवताहेत.)

प्राचार्य : नवीनच ओढावयाला लागलात वाटतं. ओढू नका. कॅन्सर होतो. (पाकीट उचलून तसे वाक्य दाखवतात.)

महिपती : थँक यू. (सिग्रेट मुद्दामच न विझवता) आपण इकडे कुठं?

प्राचार्य : काही नाही, जात होतो, म्हटलं चला, जरा चौकशी तरी करावी.

महिपती : कसली चौकशी?

प्राचार्य : कसली म्हणजे अशीच चौकशी आणखी कसली? तुमची.

महिपती : माझी? माझी कसली चौकशी? मी काय आजारीबिजारी आहे का बाळंत झालो आहे?

प्राचार्य : हॅ हॅ–भलताच विनोद सुचतो बुवा तुम्हांला. आलो ते चुकलं का? तसं असलं तर परत जातो. (लटकेच उठतात. पुन्हा बसतात.)

महिपती : काय झालं?

प्राचार्य : थट्टा राहू द्या. तुम्ही आधी कसे आहात पोरपारणेकर?

महिपती : एरवी चांगला आहे, पण तुमच्या या विचारण्यामुळे आजारी पडतो का काय असं आता वाटू लागलं आहे.

प्राचार्य : आम्हांला वाटतं तुमच्याबद्दल. (किंचित् उसासतात.) खरं म्हणजे मुद्दाम आलो.

महिपती : वाट वाकडी केलीत. वाटलंच मला.

प्राचार्य : तुम्हांला ठाऊक नसेल, तुमचा विश्वाससुद्धा बसणार नाही, ठाऊक आहे आम्हांला-पण तुमचा पहिल्यापासून मी एक हितचिंतक आहे.

महिपती : आणि हे इतक्या उशिरा मला सांगता!

प्राचार्य : सगळ्याच गोष्टी सांगून चालत नसतात. पण मला फार वाईट वाटतं पोरपारणेकर. म्हणजे फार फार वाईट वाटतं बघा. (दीर्घ उसासा.)

महिपती : काय झालं? झालंय काय? मला-नोकरीवरून काढला, होय ना? (आवंढे.) मग-मग तसं सरळ का सांगत नाही तुम्ही?

सरळ का सांगत नाही? पण लक्षात ठेवा. माझ्याहीपाशी हुकमाचा एक्का आहे-(अंडरवेअरकडे हात.)

प्राचार्य : छे छे. गैरसमज झाला तुमचा. तुम्हांला मुळीच नोकरीवरून काढलेलं नाही–अगदी नाही–

महिपती : (आश्चर्याने) नाही?

प्राचार्य : अद्याप तरी नाहीच! निदान, मला तरी तसं करणं मान्य नाही. मी पहिल्यापासून तुमचा हितचिंतक आहे, पोरपारणेकर. विसरलात?

महिपती : (पुसट नि:श्वास टाकीत पण संशयाने) अच्छा?

प्राचार्य : सांगतो काय, तुम्हांला मदत करण्याला मला नेहमीच एक प्रकारचा आनंद वाटत आला आहे. (खाजगी स्वरात) खरं म्हणजे तुम्ही वेळीच मला सर्व सांगतात की नाही, तर मीच सगळं जमवून नसतं का दिलं? काय?

महिपती : (दाट संशयाने) काय? काय जमवून दिलं असतंत?

प्राचार्य : पण तुम्ही मुळी मला विश्वासात घेतलंतच नाही...तुमच्या खरं म्हणजे एकुलत्या एका हितचिंतकाला... म्हणजे माझ्या ते अगदी हातातलं होतं. म्हणजे मी शब्द टाकला असता तर एव्हांना काम होऊन देखील गेलं असतं, आहात कुठे? तुम्ही बोलत नव्हतात आणि मी पाहत होतो. होणाऱ्यासारखी बुद्धी होत असते हेच शेवटी खरं. तुम्ही भलतंच करून बसलात! (उसासतात.) पण जाऊ दे. तुम्ही हाती पायी धड आहात हे पुष्कळ झालं. काय? तर आता पुढचा विचार केलेला बरा.

महिपती : पुढचा?

प्राचार्य : हो, पुढचाच.

महिपती : म्हणजे कसला?

प्राचार्य : वातावरण अजून तापलेलं आहे. पण तुम्हाला हवं असलं तर ते जरा निवळताच मी माझं वजन टाकून बघतो.

महिपती : (नीटसा अंदाज न येऊन) कशासाठी?

प्राचार्य : म्हणजे...मी खडा टाकला तर अगदीच वाया जाणार नाही, असं आपलं मला वाटतं. (खासगी स्वरात) खरं सांगावयाचं म्हणजे आताशी चेअरमन साहेबांच्यासुद्धा मनात जरा जरा येऊ लागलंच होतं.

महिपती : काय?

प्राचार्य : हेच...लग्नाचं.

महिपती : (उत्सुकतेने) कुणाच्या लग्नाचं?

प्राचार्य : आणखी कुणाच्या? यानंतर वेळप्रसंग बघून मी जर का शब्द टाकला तर ते मला वाटतं की राजी होतील, म्हणजे हा अर्थात् तर्क आहे, पण अगदीच बिनबुडाचा नाही. अर्थात् सगळं फार खुबीनं करावयाला हवं. काय?

महिपती : (ताठरत) अस्सं.

प्राचार्य : त्यासाठी आपणही आपल्या बाजूनं काही सोडावयाला तयार असलं पाहिजे. म्हणजे फार नाही पण काहीतरी. अर्धं त्यजति पंडिता : तसं.

महिपती : (अंदाज घेत) काहीतरी.

प्राचार्य : उदाहरणार्थ, पत्रं.

महिपती : (पवित्रा घेत) कसली पत्रं? कुणाची पत्रं?

प्राचार्य : अंहं अंहं, उदाहरणादाखल म्हणालो मी. मनाला असं लावून घ्यावयाचं नाही. म्हणजे तिनं तुम्हांला लिहिली असली तर. असली तर! पत्रं!

महिपती : (प्रेक्षकांना) अच्छा! ये बात! (प्राचार्यांना) कशावरून?

प्राचार्य : काय कशावरून?

महिपती : पत्रं...कशावरून? म्हणजे लिहिली?

प्राचार्य : कुठे? आपला अंदाज केला...हां. खरं नसेल देखील ते. पण

ते एक वेळ आपण सोडून दिलं तरी हे नवं जमवायचं तर जुनं सोडावयाला पाहिजे.

महिपती : म्हणजे नोकरी?

प्राचार्य : नो नो नो. नलू.

महिपती : नलू?

प्राचार्य : हां म्हणजे नलू पण आणि अक्का पण, हे जरा...म्हणजे भारी होतं. म्हणजे आपल्यालासुद्धा झेपलं पाहिजे ना? उगा तोंडापलीकडे घास घेण्यात काय हशील? नरड्यातच अडकणार की नाही? त्यापेक्षा दुसरं आपण चेअरमनसाहेबांना पटवू शकू. काय? तसं ते पटण्यातलंच आहे. एवीतेवी नवरा टाकलेली. शिवाय वय, रूप, शिक्षण, सर्व बेताचं. चेअरमनसाहेबांना कायम लाएबिलिटी. पण त्यासाठी पहिलं सोडलं पाहिजे. असं आहे.

महिपती : अक्कासाठी नलू सोडली पाहिजे.

प्राचार्य : कसं बोललात! म्हणजे त्यात खरं पाहिलंत तर काही सुटत नाहीच. हां. नाहीतरी दोन्ही कशा जमतील?

महिपती : अस्सं!

प्राचार्य : झाडातल्या दोनापेक्षा हातातला एक खरा. हूं, आपण अक्का निश्चित केली.

महिपती : कुणी केली?

प्राचार्य : केली म्हणजे करावयाची. म्हणजे ते मी साहेबांना पटवू शकेन. असं आपलं वाटतं. एक अंदाज. फक्त त्यासाठी तुम्ही लिहून द्यावयाचं...

प्राचार्य : काय? काय लिहून द्यायचं?

प्राचार्य : नवीन काही नाही. ठरवलं हेच. नलूच्या बाबतीत झालं ते चुकलं...पुन्हा तसं होणार नाही, क्षमा मागतो. म्हणजे आपलं

चेअरमनसाहेबांच्या ह्याच्यासाठी...समजुतीसाठी. काय! आणि परत करावयाची.

महिपती : काय परत करावयाची?

प्राचार्य : बस्सं. पत्रं नलूची.

महिपती : पण...

प्राचार्य : अगदी बरोबर आहे. आपण पण परत मागणार...आपली पत्रं तिच्याकडची. हे रास्त आहे. ती तर मिळालीच पाहिजेत. झालं, दोघांना वाट मोकळी झाली.

महिपती : वाट कसली मोकळी झाली?

प्राचार्य : आपण विचारावयाला मोकळे. अक्काबद्दल...जमलं तर जमून गेलं. बरं, नाही जमलं, तरी विशेष नुकसान नाही. एवीतेवी नवरा टाकलेलीच, पुन्हा तशी वयावरची. रूप, शिक्षण बेताचं. आपण दुसरीकडे जमवू. शीर सलामत तो पगडी पचास, आपल्याला काय?

महिपती : होय का?

प्राचार्य : लाथ मारू तिथे पाणी काढणारे आपण. एक अक्का गेली तर दहा दुसऱ्या मिळतील. मी तुमच्यामागे आहे पोरपारणेकर, काळजी नको. आहात कुठे.? आजपर्यंत चौदा लग्न जमवून दिली आहेत या पठ्ठ्यानं. फोर्टीन.

महिपती : धन्य मी.

प्राचार्य : मग? देऊन टाका. बला जाऊ दे. एकदाची. (वाट पाहून) हूं. द्या तर मग.

महिपती : काय द्या?

प्राचार्य : भले! मग इतका वेळ काय ऐकलंत? (मामुली स्वरात) ती पत्रं.

महिपती : (प्रेक्षकांना) अरे धूर्त कोल्ह्या! (प्राचार्यांना) सॉरी.

प्राचार्य : काय झालं?

महिपती : नाही, आपल्याला कुणाची मिळालेली गोष्ट तिच्या मालकाला परत केली की बरं असतं. नलूची पत्रं नलूलाच परत करायची.

प्राचार्य : ठीक आहे. मी ती जिम्मेदारी घेतली.

महिपती : पण मी ती तुम्हांला दिली कुठे? त्यासाठी नलूनंच इथं आलं पाहिजे. माझ्याकडे आणि एकटं!

प्राचार्य : (पवित्रा बदलून) हे कसं शक्य आहे?

महिपती : माझा तरी कुठे हट्ट आहे?

प्राचार्य : याचे परिणाम उगाच-म्हणजे-वाईट होतील, पोरपारणेकर, दुसरं काही नाही.

महिपती : (गडबडत) परिणाम - (पुन्हा जोर धरीत) होऊ देत परिणाम. ते बघून घ्यायला समर्थ आहे मी, प्राचार्य हातमारे.

प्राचार्य : (जळफळून) कुणाच्या गावात आहात, विसरू नका-

महिपती : गाव तुमचं पण नाही. तुम्ही पण बाहेरचेच आहात, आमच्यासारखे, पोटासाठी कॉलेजच्या गुळाच्या ढेपेला येऊन चिकटलेले-

प्राचार्य : कुत्रं विचारणार नाही मग-

महिपती : (आवंढे गिळीत) न का विचारी ना. तुम्हांला पण विचारणार नाही. म्हणून तर कुत्र्यासारखी सेवा करता आहात तुमच्या धन्यांची.

प्राचार्य : (संतापाने कापत) शटाप्!

महिपती : (गप्प होतो. मग एकदम आठवण होऊन) गेट आऊट... खोली माझी आहे.

प्राचार्य : ठीक आहे. तुम्ही कसे टिकता तेच पाहतो. (संतापाने कापतच निघून जातात.)

महिपती : (ते जाताच काय झाले या जाणिवेने मट्कन खाली बसतो.) बापरे. गरगरलं. सवय नसल्याने सगळं चुकलं असं वाटलं.

आता तर स्वकष्टार्जित आणि पुन्हा मिळणं कठीण अशा प्राध्यापकीचा आणखीच निकाल लागला होता. पण थोड्या वेळाने पुन्हा जरा धुगधुगी आली. पत्रं अजून हातात होती. एवी तेवी गोडीगुलाबीने गोष्टी निभण्याची आशा नव्हतीच; मग दमात का न घ्या? तशी तरी नोकरी जाणारच, मग ती अशी का नको? मिळमिळीत सौभाग्यापेक्षा ढळढळीत वैधव्य का नको? आठवण झाली. नाही तरी नोकरीची सुरुवात इंटरव्ह्यूत म्हटलेल्या पोवाड्याच्या चौकानं झाली होती. वीर मर्दाचा पोवाडा. मुरारबाजीचा पोवाडा! ज्याच्या कबंधानं भूतळी, तीनशेजण बळी घेतले पुरंदरी - तो मुरारबाजी धन्य धन्य सरदार! वाटलं की आपण तो मुरारबाजी आहोत. बस्स. आपण कबंध आहोत कबंध! हर हर महादेव! कबंध महिपती बभ्रुवाहन पोरपारणेकर डट्के चलो! यू हॅव नथिंग टु लूज नाऊ!

[नलू आलेली. नाकासमोर पाहत उभी राहते.]

अंऽ? कोण? मला-माझं-माझं-माझं ठिकाणावर आहे ना? (डोके धरतो.) कोण दिसतंय हे मला? (डोळे पुन्हा पुन्हा मिटून उघडून पाहतो.) एन ए एल आय एन आय? चक्क नलू आली होती-माझी नलू! खोलीवर!

नलिनी : प्रभू–(स्फुंदू लागते हमसाहमशी.)

महिपती : (जवळ जाऊन गोंधळत, थोपटत, थरारत) नलू-उगी-उगी नलू-नलू नको ग-उगी- (एकदम गडबडीने तिला सोडून घाईने बघून येतो, तिच्याबरोबर कुणी आहे का. आणि मग दार लावून घेऊन वळत नवलाने) चक्क एकटी? कशी, पळून आलीस नलू? की-की घर सोडून आलीस? (पुन्हा वळून दाराला कडी लावून टाकतो. हात झाडीत, जीभ ओठांवरून फिरवीत) घरी माहीत नाही वाटतं आलीस ते? पण आलीस

ते चांगलं केलंस. छानच केलंस. तुझी मला फार आठवण येत होती नलू. वाटलं, तू गैरसमज करून घेणार. म्हणजे अक्का प्रकरण... पण ते नंतरच बोलू–

[स्टेजवर मागील भागात नलूचे चेअरमन काका येऊन, त्यांच्या घरी मिशीला तूप लावीत बसतात.]

(नलूचा हात धरून) चल आधी. किती थंड लागतो आहे तुझा हात, नलू! म्हणजे वास्तविक मला पळवायची होती तुला... लग्नाची जय्यत तयारी सुद्धा केली होती. पण बबन्यानं भडव्यानं सगळा घोटाळा केला. यू नो ही ईज अ इडियट. की ॲन इडियट? पण मला वाटलं सगळं संपलं. आत्ता तुला पाहून मुळी विश्वासच बसे ना. चल ना. चल नलू. आय लव्ह यू-आय-आय वाँट यू नलू-

नलिनी : (डोक्यावरून पदर. नजर नाकासमोर, हलत नाही.)

महिपती : (ती हलत नाही हे जाणवून) हे काय? काय झालं? तू येत का नाहीस? अं? अग चल ना–

नलिनी : (तशीच एखाद्या पुतळ्यासारखी) मला-क्षमा कर प्रभू.

महिपती : क्षमा? कशाकरता? बरं, करतो, पण आधी चल तर खरी-थोडा वेळ- (पुन्हा) आय लव्ह यू नलू-आय लव्ह यू–

नलिनी : मी-येऊ शकत नाही.

महिपती : ती का?

[नलू गप्प, डोईवरच्या पदरात आणि नजर नाकासमोर.]

तरी चल. चल आधी–

नलिनी : नाही प्रभू. मला नाही जमनार.

महिपती : ते बघू आपण-नुसती चल-(अनावर होऊ लागलेला.) तुला-तुला आलं पाहिजे हं नलू–असं नाही चालणार-चल आधी-चल म्हणतो ना-

नलिनी : प्रभू, मी तुझी नाही होऊ शकत.

महिपती : हरकत नाही. (लक्षात येऊन) काय म्हटलंस? काहीतरीच नको बोलूस. चला आता आधी - हं, च्यला, च्यला–
[नलू जागची हलत नाही. तिचा पार घरंदाज पुतळा.]
(वैतागलेला) च्यायला! मग आलीस तरी कशाकरता असं दगडासारखं उभं राहायचं होतं तर?

नलिनी : तुझी निरोप घेऱ्याकरता.

महिपती : काय? (पुन्हा उमेद धरीत) बरं, ते पाहू नंतर, पण आता तर- (तिला आवेगाने गडबडीने मिठीत गोळा करतो. ती तरीही पुतळाच. तिला सोडून, तापून) मर!
[नलू तशीच उभी.]
चालती हो इथून. कुणी बोलावलं होतं?
[नलू तशीच उभी.]
चालू लाग. भ्याड! पळकाढू! दगाबाज! मला फशी पाडून पळतेस? पण जाऊ दे ते, आता आधी आपण...

नलिनी : (पुतळ्याप्रमाणे) प्रभू, मी फार मोठी चूक केली आहे.

महिपती : काय चूक केली आहेस?

नलिनी : तुझ्या नादी लागऱ्यात-मी फारच चूक केली. माझ्या हातून घराऱ्याला बट्टा लागणार होता. बरं झालं, वेळीच माला शुध आली.

महिपती : (यातला वेगळेपणा जाणवून) काय?

नलिनी : माला आता शुध आली आहे, प्रभू. माझी चूक माला आता उमगली आहे. मी वागले तशी वागायला नको होती.

महिपती : होय का.

नलिनी : हो. अजान वयात मानसाच्या हातून - चूक होते. पन ती वेळी सुधारऱ्यात घराऱ्याची इभ्रत राहते.

महिपती : काय म्हणालीस? पुन्हा म्हण...

नलिनी : मानसाच्या हातून चूक होते, पन ती वेळी सुधारन्यात घरान्याची इभ्रत राहते.

महिपती : वा छान! झक्क पढवलेलं दिसतंय तुला...तुझ्या मालकानं...तुझ्या काकानं.

नलिनी : माझी चूक मी सुधारनार आहे. यानंतर मी तुला-परत कधी पन भेटनार नाही.

महिपती : (चडफडत) छान होईल...

नलिनी : (हे जणू ऐकू येत नसल्यासारखी, पुतळा बोलावा तशी) मी तुला वळख पन देनार नाही. मी तुला विसरनार आहे. माझं आता लगीन ठरलं आहे. आईबापांनी माझ्याकरता नवरा शोधला आहे. ते पन घरानं मोठं आहे. शिवाय जात आमची आहे. आईबाप ठरवितात त्याच्याशी लगीन करनं, हेच मुलीचं कर्तव्य असतं. त्यातच तिचं भलं असतं. आनिक घरान्याची पन शान असती. माझं सासर चांगलं आहे. माझा नवरा चांगला घरंदाज आहे. माझा सासरा रईस आहे. आमचं नऊ खणांचं घर आहे. घरात नोकरचाकर आहेत. पाच दुभती जनावरं आनिक सहा बैलं आहेत. शिवाय पन्नास एकर जिमीन. गावात आमच्याच जिमीनीवर ट्रॅक्टर चालतोय. माझा सासरा पंचायतीत बसतोय. आनिक नवऱ्याची जिल्ह्याच्या आमदाराकडं वट आहे. आसपासच्या धा मैलांत माझ्या सासरच्या तोलाचं घर नाही. असं सासर माला मिळतंय, हे माझं भाग्यच म्हनायचं. अशा सासरी पडून मी सुखीच होईन–

महिपती : (याने वाढता अस्वस्थ होऊन) आधी, पढवल्यासारखी ही बडबड बंद कर-

नलिनी : (जणू ऐकूच येत नसावे तशी) त्यामानाणे तू कोण? तुमची

जात आमच्या माणाने खालची. तुमचं घरानं पन हलकं. आमच्या जोड्याशेजारी बसन्याचीसुद्धा तुमची लायकी नाही-

महिपती : (डोके जात) नले, बंद कर आधी–

नलिनी : (तशीच) आमच्या चाकरीत ठेवन्याच्या लायकीचे तुम्ही–

महिपती : बंद कर हे नले...सांगतोय तुला–

नलिनी : (बोलतेच आहे पुतळ्याप्रमाणे) आमच्या पूर्वजांच्या घोड्याला तुमच्या जातीचे लोक खरारा करीत असत–असं काका म्हनतात–

महिपती : नले, नले-गाढवासारखी बकू नकोस-

नलिनी : आमच्या उष्ट्याखरकट्यावर तुमचे जातवाले जगत असत-

महिपती : शटापृ! आधी बंद कर तोंड-बंद कर तुझा काका–

नलिनी : तुमच्या जातवाल्यांत लेकावळेच फार-

[महिपती आता नलूच्या तोंडात हाणतो जीव खाऊन.]

नलिनी : (गालावर हात ठेवून पुतळ्यासारखी, पुढे) बरं झालं माझी चूक मला टाइमशीर उमगली. आता तशी चूक-मी पुन्हा करनार नाही!

(महिपती थक्क पाहतो आहे.)

वडीलमान्सांच्या सांगन्याबाहेर मी यापुढे जानार नाही. सासरी चांगली राहीन. तुझा माझा काय पन संबंध न्हाई. मी तुला पुन्हा भेटनार न्हाई. तू भेटलास तर ओळख देनार न्हाई. मी माझ्या नवऱ्याला नाहीतर सासऱ्याला सांगीन. त्यान्ला पण काकांपरमाणे बंदुकीचं लायसन आहे. ते तुला बघून घेतील. तुला पस्तावा होईल-

महिपती : (दात ओठ खाऊन) होतोय-आत्ताच होतोय-

नलिनी : बऱ्या बोलाणे तू माला माझी पत्रं दे!

महिपती : (चमकून) काय?

नलिनी : न्हाई तर आम्ही तुझ्यावरती पोलीस केस घालू-तुला जेलात

पाठवू-खडी फोडावी लागंल-माझ्या काकांची पोलिसात वरपर्यंत वळख आहे–

महिपती : धमक्या देतेस मला? धमक्या देतेस? नाही देत पत्रं! (वांझ संतापाने थरथरतो आहे.) करा काय करायचं ते-घाला जेलात - बघूयाच–

नलिनी : तुला पस्तावा होईल. काका तुझी मुळीच गय करनार नाहीत-
[मागे घरी नलूचे चेअरमन काका तब्बेतीने रायफल स्वच्छ करीत आहेत.]
तुला गाव सोडावा लागंल-पगार अडकवून ठेवतील-माती खावी लागंल–

महिपती : हां, बघू याच-देत नाही पत्रं–नाही देत!

नलिनी : तुला भारी पडंल.

महिपती : पडू दे. माझे राईराईएवढे तुकडे केले ना तुझ्या त्या काकाने, तरी पत्रं मिळनार नाहीत म्हणावं. हा महिपती बभ्रुवाहन पोरपारणेकर प्राध्यापक झाला तरी मेल्या आईचं दूध नाही प्यायला, म्हणावं. ईश्वरभाईच्या आखाड्यात तयार झालोय-परमपूज्य दादाभाई, पूजनीय फफेगुरुजी, संत बोडकेगावकर महाराज अशा एकाहून एक नररत्नांच्या–

नलिनी : मग मी जाऊ तर? (पदर पक्का डोक्यावर. नजर नाकासमोर, पुतळा बोलावा तसा स्वर.) तुला आखेरचा इशारा देन्याकरता आली होती. संपला तुझा माझा संबंध. आता मी तुला मेले आनिक तू मला मेलास.

महिपती : (एकदम अंतर्बाह्य हालून तिच्याजवळ जाऊन तिचे हात पकडून). नलू–नले–नलिनी–
[नलू पुतळ्यासारखीच. फक्त पदर सावरते. महिपती तिचे हात सोडतो.]

काय झालं तुझं हे? काय झालं? कसं झालं असं? अशी नव्हतीस तू-(आशाळभूतपणे) हे बघ... आहे-डोळ्यांत थोडं पाणी आहे तुझ्या–

नलिनी : (पुतळ्यासारखीच) जाती मी. शेवटलं सांग, पत्रं देनार आहेस का नाहीस? नाहीतर जिवं मरशील.

महिपती : काय? काय म्हणालीस? (गहिवरत) मेलोच आहे-मेलोच...आहे...काय तुझी ही अवस्था...तूच बोलते आहेस हे सगळं?

नलिनी : पत्रं देतोस का नाही? तेवढंच बोल.

महिपती : (तिला गदागदा हलवीत) एकदा तरी जागी हो नले-माणसासारखी बोल–जिवंत माणसासारखी-अशी नको-घराण्याच्या स्मारकासारखी नको–संगमरवरी स्मारकासारखी नको (शहारतो.) तुझ्यासारखी बोल-एक तरी वाक्य-एकच एकच वाक्य–निदान एकदा हाक मार–मारत होतीस तशी–हलकी–हळूवार–प्रभू....

नलिनी : (पुतळाच) ठरला तुझा इचार?

महिपती : (आतून दुखतो आहे.) नाही हाक मारणार तू?

नलिनी : जाती मी.

[वळते. पुतळ्यासारखीच चालू लागते. जाते.]

महिपती : (तडफडत) कधी नाही क्षमा करणार मी त्याला...त्या... घराणेदार काकाला. शाप द्यावासा वाटतोय शाप त्याला एखादा! पण मी...मी सुद्धा तुला वापरली, नलू...तुला वापरलीच.

[महिपती भावना आवरीत उभा. नलू पुन्हा मागे घराच्या भागात पुतळ्याप्रमाणे प्रवेश करून काकांपुढून आत निघून जाते. मागोमाग तिचे चेअरमन काका जातात.

रंगमंचाच्या पुढल्या भागात शांतपणे महिपती अंडरवेअरमधून पत्रांचा जुडगा काढतो. त्याच्या चेहऱ्यावर पुन्हा मूळचे स्वभावगत

स्मित आलेले.)

महिपती : (सर्व पत्रांचे जितके बारीक कपटे करता येतील तितके करून ते इकडे तिकडे सोडीत प्रेक्षकांना सस्मित. कमसे कम एक अनुभव! काय? अविस्मरणीय वगैरे. प्राध्यापक म. ब. पोरपारणेकर यांना अपेक्षेनुसार नारळ मिळाला. वर त्यांचा तीन महिन्यांचा पगार बुडाला. त्याशिवाय त्यांना एकदोनदा आडजागी गाठून काही बलिष्ठ ग्रामीण गुंडांनी त्यांच्याशी सुंदर धक्काबुक्की देखील केली, त्यांचे कपडे फाडले आणि आईवरने काही हृद्य शिव्याही घातल्या. खरं म्हणजे यात आईचा काय संबंध? पण आपली पद्धत. आईपर्यंत पोचलं की आमच्या लोकांना कसं बरं वाटतं...मग आई कुणाची का असेना. अशा प्रकारे एके दिवशी प्राध्यापकाची पिसं लावलेला पोरपारणेकर पुन्हा साधा महिपती पोरपारणेकर होऊन परत निघाला.

[इथवर प्राध्यापक, विद्यार्थी, प्राचार्य आणि त्यांच्या म्होरक्याप्रमाणे नलूचे चेअरमन काका, सर्व आता रांगा लावून महिपतीमागे सज्ज. आत दिंडी वाजू लागते. चिपळ्या, झांजा, एकतारी. 'सखू चालली पंढरपुरा' अभंग सुरू होतो. महिपती खांद्याला लटकवलेल्या एका तट्ट भरलेल्या थैलीसकट चालू लागतो. एकेक पाऊल टाकीत, तालावर. मागून उरलेला घोळका अभंगाचे ध्रुपद म्हणत. शेवटी सर्व महिपतीला 'पुंडलीक वरदा' करीत टमाटो, केळ्यांच्या साली वगैरे मारतात. पायात पाय घालून धडपडवतात. हे 'माइम' च्या पद्धतीने.

एव्हाना रंगमंचाच्या पुढल्या भागात ईश्वरभाई येऊन नाकाच्या शेंड्यावर चष्मा ठेवून टेबलाशी लिहित बसलेले.

घोळका मागे सोडून, कपडे नीटनेटके करीत महिपती ईश्वरभाईंपुढे जाऊन उभा राहतो. मुद्रेवर तेच नेहमीचे स्मित.]

ईश्वरभाई : (वर पाहत दाढीचे खुंट उपटीत) कोण? महिपती? काय रे गुलामा? आं? अचानक कसा आलास? नोकरी सुटलेली दिसते? ओळखलं ना बरोबर? आता नको, उद्या सकाळी ये, उद्या सकाळी. आता मी अग्रलेख लिहितो आहे. चांगला कडाडून लिहितो आहे. बटाव्हियातल्या गैरकारभारावर. फार भयंकर परिस्थिती आहे बघ बटाव्हियात! छे छे छे... (लिहिण्यात गर्क.)

[स्मितमुख महिपती आता प्रेक्षकांना सामोरा होतो. तसा पाहत राहतो.]

महिपती : (अवसान घेऊन प्रेक्षकांना) हम...आस्मानसे टकराए, तूफानसे चले आये, समुंदर को भी एक लांघ मे पार किया...लेकिन, हाय गालिब! (फटफटीचा 'रोअर' लांबून जवळ येऊ लागतो. महिपतीचे स्मित मावळत जाते.) हाय गालिब! (गडबडीने प्रेक्षकांना) आला! चला, बटाव्हियात चला...

[तेवढ्यात धडपडत बबन्या येऊन पोचलेला. हेल्मेट वगैरे आयुधांनी बबन्या साधारण पाणबुड्यासारखा किंवा वैमानिकासारखा दिसतो आहे; पण मोठा अपघात करून येऊन पोचलेल्या पाणबुड्यासारखा किंवा वैमानिकासारखा. चेहरा भयाण.]

बबन्या : (महिपतीला धरून हंबरडा फोडतो) सर...बानं घराभाईर काल्ढं.

[पडदा.]

* 9 7 8 8 1 7 1 8 5 8 8 2 8 *

FCW - #0199 - 061026 - C0 - 216/140/7 - PB - 9788171858828 - Matt Lamination